பட்டினத்தார் ஒரு பார்வை

பழ. கருப்பையா

திரைப்படத் தயாரிப்பாளர். 1971-ல் கள்ளுக்கடை மறியல் தொடங்கி, பல்வேறு போராட்டங்களில் பலமுறை தளைப்பட்டுச் சிறைப்பட்டவர். நெருக்கடி நிலையை எதிர்த்துக் குடியாட்சி மீட்சிப் போரில் முழுமையாகத் தன்னை இணைத்துக் கொண்டவர். இவருடைய இருப்பும், பேச்சும் ஊரைக் கொந்தளிக்கச் செய்வதாகக் கருதப்பட்டு, நீதிமன்றத்தால் ஊரை விட்டு இருபது நாட்களுக்கு அப்புறப்படுத்தப் பட்டவர்.

காரைக்குடி குடிநீர்ப் போராட்டத்தில் 19 நாட்கள் உண்ணாநோன்பிருந்து, சாவின் விளிம்பைத் தொட்டுப் பார்த்து மீண்டவர்; அவ்வூர் மக்களால் 'குடிநீர் காவலர்' என்று போற்றப்படுபவர். தனித்தமிழ் இயக்கத்தினர். வடபுலத்தாரின் இந்தியையும், திராவிடத்தாரின் ஆங்கிலத்தையும் ஒரு நிகராக, எதிர்ப்பவர். சிங்களப் பேரினவாத எதிர்ப்புப் போக்கினர். அன்றும் இன்றும் காந்தியே ஒரே ஈர்ப்பு. இவர் ஒரு சமதரும நெறியாளர். தற்போது தமிழ்நாடு சட்டமன்ற உறுப்பினர்.

ஆசிரியரின் பிற நூல்கள்

- எல்லைகள் நீத்த இராமகாதை
- கண்ணதாசன் காலத்தின் வெளிப்பாடு
- பட்டினத்தார் ஒரு பார்வை
- கருணாநிதி என்ன கடவுளா?
- அரசியல் சதிராட்டங்கள்
- காலங் கிழித்த கோடுகள்

பட்டினத்தார் ஒரு பார்வை

பழ. கருப்பையா

பட்டினத்தார்: ஒரு பார்வை
Pattinathar: Oru Parvai
by Pazha. Karuppaiah ©

Fourth Edition: January 2009
Kizhakku First Edition: January 2012
104 Pages
Printed in India.

ISBN: 978-81-8493-539-4
Title No. Kizhakku 692

Kizhakku Pathippagam
177/103, First Floor,
Ambal's Building, Lloyds Road,
Royapettah, Chennai 600 014.
Ph: +91-44-4200-9603

Email : support@nhm.in
Website : www.nhm.in

Illustration: Shyam

Printed in India by Repro Knowledgecast Limited, Thane

Kizhakku Pathippagam is an imprint of New Horizon Media Private Limited

This book is sold subject to the condition that it shall not, by way of trade or otherwise, be lent, resold, hired out, or otherwise circulated without the publisher's prior written consent in any form of binding or cover other than that in which it is published and without a similar condition including this the rights under copyright reserved above, no part of this publication may be reproduced, stored in or introduced into a retrieval system, or transmitted in any form or by any means (electronic, mechanical, photocopying, recording or otherwise), without the prior written permission of both the copyright owner and the above-mentioned publisher of this book.

'பெண் வேண்டாவா? அவள் கடைக்காலத்தில் துணைவர மாட்டாளா? எவன் சொன்னான்?' கடைக்காலங் கிடக்கட்டும்; முதலில் இடைக்காலத்தைப் பார்ப்போம்! நீங்கள் விரும்பியபடியெல்லாம் வாழலாம்; ஆனானப்பட்ட சிவனே பெண்ணோடு வாழும்போது உங்களுக்கென்ன வந்தது?

உள்ளே

முன்னுரை

இரண்டாண்டுகள் முன்பு என்னுடைய உயிர்நிலை ஆட்டங் கண்டுகொண்டிருந்த நேரம் அது.

அரசு மருத்துவர்கள் கூறினர்.

'குருதி அழுத்தம் தாறுமாறான அளவினைக் காட்டுகிறது; மூளைக்குப் போகின்ற குழாயில் கேடு நிகழலாம்!

சர்க்கரை அளவு குறைந்த நிலைக்கும் கீழே பாதாளத்திற்குப் போய்விட்டது. எந்த நேரமும் மயக்கமுறலாம்; அது மீளா மயக்கமாக மாறலாம்!

சிறுநீரகம் சேதமடையலாம்; மீண்டும் செப்பனிட முடியாத நிலை ஏற்படலாம்.'

இதைக் கேட்டுச் சுற்றியிருந்தவர்கள் பதறினார்கள். என் மனைவியும் தாயாரும் கதறியழுதது சூழ்நிலையின் கனத்தைக் கூட்டியது.

நான் கேட்டுக்கொண்டும் பார்த்துக்கொண்டும் அமைதியாக இருந்தேன்.

குறிக்கோளிலிருந்து வழுக்கி விடாமல் என்னைப் பட்டினத்தார் அரண் செய்து காத்துக்கொண்டிருந்தார்!

பின்னாளில் இலஞ்ச ஊழல் வழக்கில் சிறை சென்ற ஒரு திமிர் பிடித்த மந்திரியை எதிர்த்துக் காரைக்குடி மக்கள் தங்கள் ஒரே குடிநீர் ஆதாரமான சம்பை ஊற்றைக் காத்துக்கொள்ள நடத்திய போராட்டம் அது.

அந்தப் போராட்டத்தின் உச்ச வடிவமே காலவரையற்ற உண்ணா நோன்பு. 19 நாட்கள் வெளியிலும் சிறையிலும் அந்த உண்ணா நோன்பு தொடர்ந்து அரசின் பின்வாங்கலுக்குப் பிறகு முடிவுற்றது.

ஓர் இரவில் நான் தளைப்படுத்தப்படப் போவதாக ஒரு செவிவழிச் செய்தி பரவி நிலைமையை முறுக்கேற்றியது.

இரவுப் பொதுக்கூட்டத்தில் நான் பட்டினத்தார் பாடலை மேற்கோள் காட்டிப் பேசினேன்.

'நான் நடுவயதைத் தொட்டுக்கொண்டிருக்கிறேன். உண்ணா நோன்பு காரணமாகச் சில நாட்களில் என் உடல் வீழ்ந்து படலாம்.

'இதுவரை என்ன செய்தோம் என்றெண்ணிப் பார்க்கிறேன். பட்டினத்தார் சொன்னது போல, 'உண்டதையே உண்டேன்; உடுத்ததையே உடுத்தேன்; கண்டதையே கண்டேன்; கேட்டதையே கேட்டேன்; பேசியதையே திரும்பத் திரும்பப் பேசினேன்; இப்படியே வாழ்க்கை கழிந்து விட்டது (401).'

ஒருவேளை உங்கள் வற்புறுத்தலுக்கேற்ப நான் உண்ணா நோன்பைக் கைவிட்டு இன்னும் இருபது முப்பது ஆண்டுகள் வாழ்கிறேன் என்றே வைத்துக்கொள்ளுங்கள். அப்போதும் இவற்றையேதான் திரும்பத் திரும்பச் செய்துகொண்டிருக்கப் போகிறேன்.

நீங்கள் ஒரு இலட்சம் பேரும் உங்கள் கால் வழியினரும் இனி வருங்காலங்களில் குடிநீருக்கு அல்லற்படாமல் வாழ்வதை விட இந்த ஓர் உயிர் கூடுதல் மதிப்புடையதா?'

கூட்டம் உணர்ச்சிவயப்பட்டது.

அன்றிரவே நான் சிறைப்படுத்தப்பட்டேன்.

தன்னல உணர்வும் கோழைத்தனமும் குறுக்கே புகுந்து போராட்டத்தை நாசப்படுத்தி விடாமல் என்னை நெறிப்படுத்திச் செலுத்தியது பட்டினத்தார் பாடலும் உய்விக்க வந்த தூயோன் காந்தி வாழ்க்கையுமே!

காரைக்குடி,   பழ.கருப்பையா
16.10.1997

1. அறிமுகம்

மாந்தன் பிறந்து விழுகிறான்; அழுகை வீரிடுகிறது; வெளியிலுள்ளோர் அந்த அவலக் குரல் கேட்டு அவன் வருகையை அறிகின்றனர்.

இதுவரை அவனுக்காகச் சுவாசிக்கும் பொறுப்பு அவன் தாயிடமிருந்தது; இப்போது பொறுப்பு கை மாறிவிட்டது. இனி அவனே அதைச் செய்தாகவேண்டும்; இந்தப் புதிய பொறுப்பின் சுமை தாங்க முடியாமல் அவன் வீரிட்டான்.

வாழ்வு தற்சார்பு உடையது என்ற முதற் செய்தி அவனுக்கு அறிவிக்கப்பட்டு விட்டது. இனி வருங் காலங்களிலெல்லாம் அவனுடைய செயல்களுக்கும் அவற்றின் விளைவுகளுக்கும் அவனே பொறுப்பேற்க வேண்டும்.

மூச்சை இழுத்தலோடு சுழலத் தொடங்கிய வாழ்வு ஒரு நாள் அதை வெளிவிடுதலோடு முடிந்து போகப் போகிறது!

இவை இரண்டுக்குமிடையே உள்ள தொலைவு ஒவ்வொருவருக்கும் ஒவ்வொரு வகையானது.

காதும் கண்ணும் பஞ்சடைந்து, நோயும் பாயுமாகப் புறப்படத் தயாராக வீட்டின்

வெளிக்கட்டிலேயே வாழ்கிற படுகிழவியைத் திரும்பிக்கூடப் பார்க்காமல் அவளைத் தாண்டி உள்ளே சென்று, வீட்டின் உட்கட்டில் வாழுகிற இளந்தாய் தன் கருப்பைக்குள் ஒளித்தும் பொத்தியும் வைத்திருக்கிற பிள்ளையை அவளுடைய கருப்பையைப் பிதுக்கி வெளியே எடுத்துச் செல்லும் இயல்புடையவன் கூற்றுவன்!

ஒவ்வொருவனுக்கும் அளிக்கப்பட்டுள்ள வாய்ப்பின் கால அளவு என்ன என்பது காலனுக்கே வெளிச்சம்!

தொடக்கமும் முடிவும் யார் யார்க்கும் ஒரு தன்மையானதே! அவற்றில் இயற்கைக்கு எந்தப் பாகுபாடும் இல்லை! இயற்கை ஒரு *சமதரும*வாதி (Socialist).

அம்மணமாக வந்தவன் செல்லும்போது பட்டாடை உடுத்தி அனுப்பப்படுகிறான்; கொண்டுவராத எதையும் கொண்டு போகக் கூடாது என்ற விதிமுறை அடிப்படையில், தோட்டி அதை உரித்தெடுத்துப் பிணத்தை பிறந்த மேனியாக்கி விடு கிறான். நியாயந்தானே!

தனித்து வந்தவன் தனித்தே செல்கிறான்; இதுவும் நியாயந் தானே!

ஓர் அணுவாகக் கருமுட்டையைத் துளைத்துக்கொண்டு உள்ளே நுழைந்தவன் ஒரு பிடி சாம்பலாக இடம் மாறி முடிவடைகிறான். நான்கு பூதங்கள் கொடுத்தது இது; கொடுத்தவையே எடுத்துக் கொண்டன. நியாயந்தானே!

மொழி கற்றுக்கொண்ட காலத்திலிருந்து நாத் தடுமாறி மொழி குழறுகின்ற காலம் வரை, அவன் 'என்னுடைய உடல்' என்று எதை விழுந்து விழுந்து பாராட்டிக்கொண்டானோ அதனுடைய மூன்று வயதுத் தோற்றத்தை எட்டு வயதில் காட்டியபோது, அவனை அவனுக்கு அடையாளம் தெரியவில்லை; எட்டு வயதுத் தோற்றத்தை இருபத்தெட்டில் அவனால் இனங்காண முடியவில்லை; இருபத்தெட்டை எழுபத்தெட்டில் அறிய முடியவில்லை!

அவன் மற்றவர்களைப் பார்த்துக் கேட்கிறான்: 'என்னைத் தெரியவில்லையா?'

மற்றவர்கள் சொல்கின்றனர்: 'உன்னை உனக்கே தெரிய வில்லையே; எங்களுக்கு எப்படித் தெரியும்?'

நியாயந்தானே!

மனிதனின் குழப்பம்:

இப்படிப் பாகுபாடில்லாமல் எல்லாவற்றையும் படைத்து இயற்கை முறையாக இயங்கியும்கூட ஏன் இவ்வளவு முறை கேடுகளும் குழப்பங்களும் உலகில் நிகழ்கின்றன?

ஒரறிவிலிருந்து ஐயறிவுவரை உள்ள உயிர்களிடையே காணப் படாத குழப்பம், மேலான ஆறறிவு படைத்த மனித வர்க்கத்தில் மட்டும் காணப்படுகிறதே ஏன்?

பாம்புக்குப் பசித்தால் பாறை இடுக்கிலிருந்து வெளிப்படுகிறது; புலிக்குப் பசித்தால் புதரை விட்டுக் கிளம்புகிறது; பறவையின் வயிறு நிரம்பிவிட்டால் அது கூட்டுக்குத் திரும்பி விடுகிறது!

பிற எந்த உயிர்களிடத்தும் தன்தன் இனத்தை அழித்துக் கொள்ளும் போக்குக் காணப்படவில்லை!

எல்லா நாய்களும் அவை மேற்கே பிறந்தவையாயினும் கிழக்கே பிறந்தவையாயினும் நன்றி பாராட்டும் தன்மையில் வேறு பாடுடையன அல்ல. அவற்றிற்கு அது கற்பிக்கப்பட்ட குணமன்று; இயற்கையிலேயே பெற்றது. அரசனின் நாயும் ஆண்டியின் நாயும் அவரவர்க்கு மட்டுமே விசுவாசம் உடையவை. இப்படி நாய்க்குலத்திற்கு ஒரு பொதுக்குணம் இருப்பதுபோல மனித குலத்திற்கு ஒரு பொதுக்குணம் இருப்பதாகத் தெரியவில்லை. ஆள் ஒன்று; முகம் ஒன்று; குணம் ஒன்றாக அவனிருக்கிறான்!

பிற உயிரினங்களும் மாந்தனைப் போல் பாதுகாப்புக் கருதிக் கூட்டமாக வாழ்வதுண்டு; கூட்டமாக இரை தேடுவதுண்டு; ஆனால் மாந்தனைப் போல் கூட்ட உணர்ச்சி அவற்றிடம் இல்லை.

அதற்குக் காரணம் பிற உயிர்கள் கூட்டமாக வாழ்கின்றனவே ஒழியச் சமூகமாக வாழ்வதில்லை. ஆனால் மாந்தன் ஒரு சமூக விலங்கு; சமூகத்திற்கு ஆட்பட்டவன்; சமூகத்தால் உருவாக்கப் பட்டவன்!

சமூகத்தால் வந்த தீமை
'தான்' என்னும் முனைப்பு:

சமூகத்தை விட்டு அவனை விலக்கி வைக்க முடியுமென்றால் அவனும் பிற உயிர்களைப் போல இயற்கையோடு கலந்து நிற்பான்; முரண்பாடுகள் வாரா; மோதல்கள் நிகழா! அவனுடைய தேவைகள் சிலவேயாதலால் அவை நிறைவுறும் போது அவன் அமைதியடைவான்!

பிள்ளை பிறந்து மண்ணில் விழும்போது எந்த மலத்தினுடைய பிடியிலும் அது இல்லை.

அதற்குப் பசி உண்டு; பாதுகாப்பு உணர்ச்சி உண்டு!

அந்தத் தேவைகளைத் தாயின் மார்பில் புதைந்தும் அவள் மடியில் ஒடுங்கியும் குழந்தை நிறைவேற்றிக்கொள்கிறது.

அந்தக் குழந்தையின் வளர்ச்சி நிலையில் அதைத் தன் கட்டுக்குள் கொண்டுவரச் சமூகம் மொழி கற்றுக் கொடுக்கிறது. மொழியைப் புரிந்துகொள்ளத் தலைப்படும்போது அக்குழந்தை சமூகமயமாவது தொடங்கிவிடுகிறது.

அந்தக் குழந்தையும் விரிந்த வட்டத்திற்குள் காலடி எடுத்து வைக்கிறது. முதல் வேலையாக அக்குழந்தை 'தான்' (Ego) என்னும் மனநிலையைப் பெறச் சமூகம் பயிற்றுவிக்கிறது.

சிலவற்றைக் குழந்தை செய்யும்போது சமூகம் அதைத் தட்டிக் கொடுக்கிறது; சிலவற்றிற்குக் கண்டனம் தெரிவிக்கிறது.

வளர்ந்த குழந்தைக்கு ஒன்று புரிகிறது: 'நாமாகவே நாம் இருப்பதைச் சமூகம் ஏற்றுக் கொள்ளாது!'

குழந்தை வளர வளரச் சமூகத்தின் பிடி அதன் மீது முற்றிலுமாக இறுகிவிடுகிறது! இனி அதிலிருந்து விடுபடுவது எளிதில்லை.

தன்னுடைய 'தான்' என்னும் முனைப்புக்குத் தானேதான் காரணம் என்று ஒவ்வொருவனும் நினைக்கிறான். ஆனால் உண்மை அஃதில்லை! சமூகம் கொம்பு சீவுவதை நிறுத்திக்கொண்டால் 'தான்' என்னும் ஆணவம் தானாகவே பட்டுப் போகும்!

காட்டில் தனித்து வாழ்ந்த இராபின்சன் குருசோவுக்கு மூலமல மான ஆணவம் எப்படிச் செயல்பட்டிருக்க முடியும்? காட்டில்

கிடைத்த பழங்களைத் தின்றுவிட்டு, சுனைத் தண்ணீரைக் குடித்துவிட்டு மரநிழலில் படுத்துத் தூங்கியவனை எந்த இருவினை பற்றிக்கொள்ள முடியும்?

அவனிடம் பணம் இல்லை; தங்கமில்லை; தங்கமோ ரிசர்வ் வங்கி ரூபாய்த்தாளோ அவனிடம் ஏற்கனவே இருந்து, அவற்றை அங்கு கொண்டு சென்றிருந்தாலும் அந்தக் காட்டில் ஒரு கூட்டம் வந்து வாழாதவரை அவற்றிற்குப் பரிவர்த்தனை மதிப்பு ஏற்படாது!

ஆகவே, இவற்றால் ஏற்படும் வலிகளும் ராபின்சன் குரூசோவுக்கு இல்லை.

அந்தக் காட்டில் பெண்ணும் இல்லை; ஆகவே, பெண்ணால் ஏற்படும் தூண்டுதல்களும் அவற்றால் ஏற்படும் வலிகளும் இல்லை.

ராபின்சன் குரூசோ காட்டில் எந்த உயிரையும் கொல்லாமலும் கொன்றதைத் தின்னாமலும் இருந்தால் போதும்; இருவினை யொப்பு என்ற நிலை ஏற்பட்டுவிடும். இருவினையொப்பு ஏற்பட்டு விட்டால் மலபரிபாகம் ஏற்படும்; அதற்கு அடுத்து தில்லைக்கூத்தனின் திருவடி நிழல் தானே கிட்டும்.

ராபின்சன் குருசோவுக்கு அவன் எந்த முயற்சியும் மேற் கொள்ளாமலேயே கூத்தனின் திருவடிகள் எளிதாகக் கிடைப்ப தற்குக் காரணம் அவன் நல்வினை, தீவினை இரண்டையும் கடந்தவன் என்பதுதான்; இருவினையையும் கடத்தல் என்பது ஒரு சமூகத்தில் வாழாத நிலையினால் அவனுக்கு எளிதாகக் கைகூடிற்று!

சமூகத்தைக் கடந்தவன் ஆணவமலமான மூலமலத்தைக் கடக்கிறான்; இருவினைகளையும் கடக்கிறான். ஏனெனில், சமூகமே இவை அனைத்துக்கும் ஊற்றம் அளிக்கிறது!

ஒவ்வொருவனுக்கும் ஆள் நடமாட்டமில்லாத ஒவ்வொரு தனிக்காடு இயலக் கூடியதா? கோடிக்கணக்கில் இருப்போர்க்குக் காட்டின் பரப்புப் போதுமா? அத்தனை பேருக்கும் உணவு வழங்கும் ஆற்றல் அதற்கு இருக்கிறதா? இருக்க முடியாது!

ஆகவே, சமூகத்திற்குள் இருந்துகொண்டுதான் சமூகத்தைத் துறத்தல் வேண்டும்; சமூகத்தின் மதிப்பீடுகளை (Social Values)

கடந்துவிடும்போது அவற்றின் வழியே இவன்மீது சமூகத்திற்கு இருக்கும் கடைசிப் பிடியும் இற்று அகலும்!

எல்லாப் பெண்களும் திருமண வீடுகளுக்கு நகை அணிந்து வருகிறார்களே ஏன்? அப்போதுதான் சமூகம் மதிக்கும்! இல்லாதவள் இல்லாதவளாக வெளிப்படுவதால் ஏற்படும் மதியாமை நிலையிலிருந்து தன்னைக் காத்துக்கொள்ளத்தான் கவரிங் நகை அணிந்து வருகிறாள்!

புகழ், வாழ்வின் பயன் என்றது சமூகம்; பொல்லாதவர்களும் அதை விலை கொடுத்துப் பெற்று விடுகின்றனர்.

சும்மா பிறந்தவனுக்கு ஒரு 'தான்'ஐ (Ego) உருவாக்கி, அந்தத் 'தான்' என்னும் உணர்வுக்கு வெகுமதியும் தண்டனையும் அளிப்பதன் மூலம் அவனுக்கு நடத்தை கற்றுக் கொடுத்து அவனை மேம்பட்ட மனிதனாக்கப் புறப்பட்டது சமூகம்!

கடைசியில் தனிமனிதன் எந்த மேல்நிலையையும் தொட வில்லை; 'தான்' என்னும் முனைப்பு முறுக்கேறியதுதான் கண்ட பயன்! பொய்யும் புனைசுருட்டும் ஏமாற்றும் வஞ்சகமும் மலிந்ததுதான் கண்ட பயன்! ஒவ்வொருவனும் தான் ஒன்றாக வாழ்கிறான்; வேறொன்றாகக் காட்டிக் கொள்கிறான்!

ஒரு பார்ப்பனன் தானும் செத்துப் 'புசுகரணி'யையும் (குளம்) கெடுத்தது போல, சமூகம் தானும் மேம்படவில்லை; தனி மனிதனையும் மேலாக்கவில்லை!

கண்ணைத் திறந்து பாருங்கள்:

பிரேமானந்தா என்னும் சாமியாருக்கு முப்பத்திரண்டு ஆண்டு சிறைத் தண்டனை வழங்கப்பட்டுள்ளது. சான் சோசப் என்னும் கிறித்துவச் சாமியார், பிரேமானந்தாவிற்குக் குறைந்தவரா கூடியவரா என்று காலந்தான் சொல்லவேண்டும்; வடக்கே சந்திராசாமி இலஞ்ச வழக்கில் வெகுகாலம் தில்லி திகார் சிறையை அலங்கரித்துவிட்டு இப்போதுதான் பிணையில் வந்திருக்கிறார்.

சிறை வாழ்வு அவமானமாக இருந்ததா என்று அவரிடம் கேட்டால், 'கிருட்டிணனே சிறையில் பிறந்திருக்கும்போது

சிறை எப்படி அவமானகரமான இடமாக இருக்க முடியும்' என்று எதிர்வினாத் தொடுக்கிறார்.

தலைமையமைச்சர், முதலமைச்சர், மத்திய மாநில அமைச்சர்கள் என்று பெரிய பீடங்களை அழகுபடுத்தியவர்கள் இலஞ்ச ஊழல் வழக்குகளை எதிர்கொள்ள நீதிமன்றத்தின் நெடிய படிக்கட்டு களில் ஏறி, இறங்கிக்கொண்டிருக்கிறார்கள். I.A.S. அதிகாரிகளின் எண்ணிக்கை அமைச்சர்களின் எண்ணிக்கைக்குக் குறைந்த தில்லை.

அமைச்சர்களாய் இருந்தவர்கள் தளைப்படுத்தப்பட்டு சிறைக்குக் கூட்டிச் செல்லப்படும்போது, அவர்கள் நிழற்படத்திற்குச் சிரித்துக்கொண்டே கையசைத்துத் தோற்றம் காட்டுவதைக் காணும்போது வெட்க உணர்வும்கூட அற்றுப்போய்விட்டதே என்ற கவலை நம் நெஞ்சத்தில் மேலிடுகிறது.

எங்கெங்கும் இலஞ்சம்; வட்டாட்சியர் அலுவலகம் தொடங்கித் தலைமைச் செயலகம் வரை!

அரசுப் பணியாளர்களுக்கு எத்தனை சம்பளக் குழுக்கள் (Pay Commissions) போடப்பட்டாலும் சம்பளம், பஞ்சப்படி எவ்வளவு உயர்ந்தாலும், இலஞ்சம் கொடுக்காவிட்டால் பிறப்புச் சான்றிதழ் கூடக் கிடைக்காது; நீங்கள் பிறக்காதவ ராகவே இருக்க நேரிடும்!

பால் வணிகன் தண்ணீர் கலக்கிறான்; அரிசி வணிகன் கல்லைக் கலக்கிறான்; கலப்படம் இல்லாத உணவுப் பொருளே இல்லை.

தானி (ஆட்டோ) ஓட்டுகிறவன் அளவுக் கருவியில் (மீட்டரில்) மாற்றம் செய்கிறான்.

அங்கிங்கெனாதபடி ஆனந்த சோதியாய்த் திகழ்வது பித்த லாட்டமே!

சமூகமாக வாழ முற்பட்டதால்தானே மனிதன் இவ்வளவு முன்னேற்றம் கண்டிருக்கிறான்!

கல்வி மற்றும் அறிவு நிலைகளிலும் பண்பாட்டு நிலைகளிலும் அவன் இன்றைக்கு அடைந்திருக்கும் முன்னேற்றத்தை நினைத்துப் பார்க்க வேண்டாவா என்று கேட்பாரும் உளர்.

மேற்குறிப்பிடப்பட்ட V.I.P. பட்டியலில் காணப்படும் அனை வருமே 'more educated; more cultured; more civilized' என்னும் வரிசையில் இருப்பவர்கள்தாம்!

'தான்' என்பதைக் கடக்காவிட்டால் மேல்நிலை இல்லை! 'தான்' என்னும் திமிரைக் கடக்க, அதை ஊட்டி வளர்க்கும் சமூகத்தைக் கடக்கவேண்டும்.

சமூகத்தைக் கடப்பதென்பது உண்மையிலே அதைக் கடந்து செல்வதில்லை; அதற்குத் தன் மேலிருக்கும் செல்வாக்கை உடைத்துவிடுவது; அவ்வளவுதான்!

அதற்குள்ளேயே இருந்துகொண்டு அதன் பிடிக்கு அகப்படா தவர்களே ஞானிகள்!

மாணிக்க வாசகர் சொல்கிறார்

'உற்றாரை யான் வேண்டேன்

ஊர் வேண்டேன்; பேர் வேண்டேன்'

– திருவாசகம், திருப்புலம்பல் (3)

பட்டினத்தார் சொல்கிறார்:

'உற்றுப் பெற்ற பேரும் சதமல்ல' (227)

பாதுகாப்பையும் புகழையும் ஊரிடமிருந்துதான் பெறமுடியும்! அப்படி இருக்கும்போது அவை எல்லாம் வேண்டா என்று சொல்கிற ஞானிகள் சமூகத்தின் பிடியிலிருந்து தங்களை விடுவித்துக்கொண்டவர்கள்தாமே! புகழ், இகழ் என்னும் தொப்புள் கொடி வழியாகவே 'தான்'-ஐத் தன்னோடு பிணைத்து வைத்திருக்கிறது சமூகம்; ஆகவே, ஊரைத் தள்ளியவன் 'தான்'-ஐத் தள்ளிவிடுகிறான்.

தற்காலிகத் துறவும் நிலையான துறவும்:

கடந்த இருபது ஆண்டுகளில் இன்பத் தமிழ்நாட்டின் மூலை முடுக்கெல்லாம் 'சரணம் ஐயப்பா' என்ற குரல் ஒலிக்கிறது.

ஐயப்பனுக்கு ஏற்பட்ட திடீர்ப் புகழுக்கு என்ன காரணம்?

கோயில் இயற்கை வளம் சார்ந்த மேற்குமலைத் தொடரில் இருப்பது என்பதா?

அது ஒரு சிறு காரணமே!

மனிதனின் ஊர் சுற்றும் வேட்கைக்கு அயல் மாநிலத்திலுள்ள கோயில்தான் தீனி போட முடியும் என்பதா?

அதுவுமில்லை!

ஐயப்பன் துறவிகளின் சாமி:

பின் எதுதான் காரணம்?

ஐயப்பன் துறவிகளின் சாமி என்பதே அடிப்படைக் காரணம்; ஐயப்பன் கோயில் வட்டத்திற்குள் பெண்கள் அனுமதிக்கப்படுவ தில்லை என்பதே இவனுக்கு அந்தச் சாமியிடம் கவர்ச்சி பெருகக் காரணம்!

கடந்த இருபது ஆண்டுகளாக நாடு எக்காலத்தினும் பன்னூறு மடங்காக நுகர்ச்சி வெறியில் (consumerism) சிக்கித் தவிக்கிறது. அதற்குத் தாராளமயமாக்கல் (liberalisation) கொள்கையே அடிப்படைக் காரணம்!

ஒரு புறம் அரசின் பங்கீட்டுக் கடைகளில் ஒரு கிலோ புழுத்த அரிசியை மூன்றரை ரூபாய்க்கு மானிய விலையில் வாங்கி உண்ணும் ஏழை மக்கள்; அவர்கள் ஐயப்பனை அறிய மாட்டார்கள். அவர்களுக்குப் பதினெட்டாம்படிக் கருப்பன், மதுரைவீரன் ஆகியோரே கடவுள்கள்!

இன்னொருபுறம் நடுத்தர வர்க்கம், உயர் வர்க்கம்; இவர்களே ஐயப்பனுக்குப் பக்தாதி பக்தர்கள்.

அளவில்கூடிய செல்வம் இவர்களை இன்பத் திளைப்பில் ஆழ்த்துகிறது. வெண்சுருட்டுப் பிடிப்பது; மதுவில் மூழ்குவது; புலாலின்றி உண்ணாமை; இவற்றில் ஏதேனும் ஒன்று மட்டும் உடையவர்கள்; எல்லாமே உடையவர்கள் என்று பலவகைப் பட்டாருக்கு ஐயப்பன் புகலிடம் அளிக்கிறார். இந்த நுகர்ச்சி களில் எதுவுமே இல்லாதவர்கள்கூட உண்டு. ஆனால் மண வாழ்வில் ஈடுபடாதார் யாருமே இருக்கமாட்டார்!

ஐயப்பனுக்கு மாலை போடுவது என்பது நாற்பது நாட்களுக்கு ஒரு தற்காலிகத் துறவை மேற்கொள்வதாகும்.

பிரியாணிக்கடை, பெண்டாட்டி என்று எல்லாவற்றிற்கும் விடை கொடுக்கப்படுகிறது.

மெத்தையில் படுத்தவன் தரையில் படுக்கிறான்;

தழுவிக்கொண்டு துயின்றவன் தனியே துயில்கிறான்;

நுகர்ச்சி சார்ந்த வேறு பழக்கங்கள் யாவையாயினும் அவையும் ஒருங்கே துறக்கப்படுகின்றன.

சாதாரண மனிதன் சாமியாகி விடுகிறான்:

மாலை போட்டிருக்கும் அனைவரிடையேயும்

சாதிகளில் மேல் கீழ் என்னும் வேறுபாடில்லை;

செல்வாக்கில் கூடுதல், குறைவு என்னும் வேறுபாடில்லை.

சாதாரண மனிதன் இந்தக் காலகட்டத்தில் சாமியாகிவிடுகிறான்.

அவனுடைய பெண்டாட்டிகூட அவன் மீது பட்டு விடாதடி எட்டி நிற்கிறாள்; அவளுக்கும் இவன் சாமிதான்.

மெய்யப்பசாமி, பழநியப்பசாமி, ரெங்கனாதசாமி, சேகர் சாமி, ரமேசுசாமி, வினோத்சாமி என்ற கூவல்கள் ஒவ்வொருவனையும் கிளுகிளுப்பில் ஆழ்த்துகின்றன!

'பியூன் ரெங்கனாதனைக் கூப்பிடு!' என்று அதட்டும் பொது மேலாளர் இப்போது 'ரெங்கனாத சாமியைக் கூப்பிடு!' என்கிறாரே!

எப்படி இந்தத் தலைகீழ் மாற்றம் நிகழ முடிந்தது?

எப்படி ஏவலன் வணக்கத்திற்குரியவன் ஆனான்?

இந்த நாடு ஆசைகளின் தன்மையை அறிந்த நாடு. அவற்றை அறுத்தவனை வணங்கும் நாடு.

ஆசையை அறுத்தவன் வெறும் நாற்பது நாட்களுக்கு மட்டுமே அறுத்தவன் எனினும் அந்த நாட்களில் அவன் சாமிக்கு நிகரானவன் என்று கருதுகிற நாடு இது!

நம் ஒவ்வொருவருக்குள்ளும் ஒரு பட்டினத்தார் இருக்கிறார்.

வலி தாங்க முடியாதபோது,

இன்பத் திளைப்புச் சலிப்பில் முடிகிறபோது,

நாம் தற்காலிகமாகப் பட்டினத்தாராக மாறுகிறோம்.

2. பட்டினத்தார் சித்தரா?

கி.பி. பத்தாம் நூற்றாண்டினரான பதினோ ராம் திருமுறைப் பட்டினத்தாரையும், மிகப் பிந்திய மக்கள் நாவில் மிகுதியும் பயிலாத மூன்றாம் பட்டினத்தாரையும் விடுத்து, இடைப்பட்ட பட்டினத்தாரே இங்கு கணக்கில் கொள்ளப்படுகிறார்.

'(மூன்றாம்) பட்டினத்தார் பெயராலேயே பிற்காலத்தில் தோன்றிய பல பாடல்கள் வழங்கி வருகின்றன' என்று ஆராய்ச்சியாளர் மு.அருணாசலம் கூறுகிறார். ஒருவேளை மூன்றாம் பட்டினத்தார் உண்மையில் உடலளவில் தோன்றாமல் பெயரளவில் மட்டுமே தோற்றம் பெற்று தம் பெயரை மட்டுமே இப்பாடல்களுக்கு வழங்கியவராக இருக்கலாம்.

இரண்டாம் பட்டினத்தார் பதினான்காம் நூற்றாண்டினர்; இவரைச் சித்தர்களில் ஒருவராக வைத்து எண்ணுவாரும் உளர். பெரும்பாலும் சைவ மரபு சார்ந்தே பாடும் இயல்புடையவர் இவர்.

சித்தர்கள் கலகக் குரலினர்:

பொதுவாகச் சித்தர்களின் காலம் என்பது கி.பி. பதினான்காம், பதினைந்தாம் நூற்றாண்டுகள். சித்தர்கள் பல்வேறு வகுப்புகளைச் சேர்ந்தவர்கள்; அடிமட்ட

வகுப்பினரே மிகுதி; சாதி எதிர்ப்புணர்ச்சி உடையவர்கள்; குறிப்பாகப் பார்ப்பன எதிர்ப்புணர்வாளர்கள். நிறுவன வழிப்பட்ட சமயத்தையும் சடங்குகளையும் மரபுகளையும் கடுமையாகச் சாடும் இயல்புடையவர்கள்.

குறிப்பாக வேதத்தைக் கடுமையாகச் சாடியவர்கள்; 'வேர்த்து இரைப்பு வந்தபோது வேதம் வந்து உதவுமோ?' 'தாவாரம் இல்லை, தனக்கொரு வீடில்லை, தேவாரம் ஏதுக்கடி குதம்பாய்?' என்பன போன்ற வரிகள், அவர்கள் செவிளில் அறைந்து சொல்லும் இயல்புடையோர் என்பதைக் காட்டுகின்றன. பொதுவாக அவர்கள் கலகக் குரலினர் (rebels)!

பொதுவாகச் சித்தர்கள் வாசி என்னும் மூச்சுப் பயிற்சி, மருத்துவம், கணிதம் (சோதிடம்), தந்திரம் இவை குறித்துப் பாடியவர்களாகவே மக்களால் அறியப்படுகின்றனர். தமிழர்கள் கண்ட மருத்துவமுறை சித்தர்கள் காலத்தில் அவர்களால் முழு வளர்ச்சி எய்தி இருக்கவேண்டும்; அதனால் தமிழ் மருத்துவம் சித்த மருத்துவம் என்றே வழங்குகிறது. 'உடலை ஓம்புக' என்னும் குரல் சித்தர்களின் குரலே.

மீறல் உண்டா:

ஆனால் முதல் பட்டினத்தார் முற்றிலும் மரபு சார்ந்தவரே! அவர் சைவாதி சைவர்!

இரண்டாம் பட்டினத்தார் பாடல்களில் மிகமிக அருகில், இன்னும் சொன்னால் தெரித்து விழுகின்ற ஒன்றிரண்டு பாடல் களில் மட்டுமே ஒருவகை 'மீறல் போக்கு' காணப்படுகிறது.

'நீற்றைப் புனைந்தென்ன;

    நீராடப் போயென்ன...'   - 336*

'எழுகோடி மந்திரம் என்ன கண்டாய்'   -336

'நேமங்கள், நிட்டைகள், வேதங்கள்

    ஆகம நீதி நெறி

ஓமங்கள், தர்ப்பணம், சந்தி,

    செபம், மந்திரம், யோகநிலை,

★ பாடல் எண்கள் மணிவாசகர் பதிப்பகத்தின் 1996-ஆம் ஆண்டு பதிப்பான 'பட்டினத்தார் பாடல்கள்' என்ற நூலின் பாடல் வரிசைப்படி.

நாமங்கள், சந்தனம், வெண்ணீறு
    பூசி நலமுடனே
சாமங்கள் தோறும் இவர் செய்யும்
    பூசைகள் சர்ப்பனையே!'   -340.

இந்தப் பாடல்களில் சித்தர்களின் சாயல் தெரிகிறது.

    'தீர்த்தமாட வேணுமென்று தேடுகின்ற தீனர்காள்'   (59)

என்ற சிவவாக்கியச் சித்தரின் கண்டனக் குரல் பட்டினத்தார் பாடலி
லும் கேட்கிறது. வடமொழியாளர்களின் வேதம், தென்னவர்களின்
ஆகமம், யோகங்கள், நாமாவளிகள், அமாவாசைத் தர்ப்பணங்
கள், நியம நிட்டைகள், திருநீறு எதையும் விட்டு வைக்காமல்
அடுக்கி வைக்கப்பட்ட மண்கலங்களை ஒரே தடியால் ஒரே
அடியில் நொறுக்குவது போல, இவையெல்லாம் 'வஞ்சனை'
என்று ஒரே சொல்லால் ஒழித்துக் கட்டுகிறார்.

சிவநலம் இவற்றிற்கெல்லாம் அப்பாற்பட்டது; இவைதாம்
சிவநலம் என்பதுபோல இவற்றிலேயே அழுந்திக் கிடப்பவன்
வஞ்சனையாளனே; இவனுடைய நோக்கம் சிவனடி அன்று;
பக்தியாளன் என்னும் போர்வையில் சமூகத்தை ஏமாற்றுவது!

இவையெல்லாம் இல்லாமலே உள்ளம் ஒருப்பட்ட நிலையில்
சிவநலம் கிட்டும் என்பதே இப்பாடலின் திரண்ட கருத்து!

சித்தரல்லர்:

ஆக, இத்தகைய ஒன்றிரண்டு பாடல்களில்தான் 'கலகக்குரல்'
ஒலிக்கிறதேயொழிய, மற்றபடி பட்டினத்தார் மரபுசார்ந்தே
நிற்கிறார்.

திருவொற்றியூரைப் பற்றிப் பாடும்போது, அங்குள்ள நீர்நிலை
களெல்லாம் தீர்த்தமே; தெருப்புழுதியெல்லாம் திருநீறே;
சோலையிலுள்ள மரஞ்செடிகளெல்லாம் சிவகணங்களே;
நிலவுலகச் சிவலோகம் திருவொற்றியூரே (361) என்பதில் 'பக்தி
இயக்கப் பாணி' புலப்படுகிறதே ஒழியக் 'கலகக்குரல்' புலப்பட
வில்லை.

இவர் வாழ்ந்த காலம் சித்தர்களின் காலமாதலால் அவர்களின்
தாக்கம் காரணமாக இது போன்ற ஒன்றிரண்டு பாடல்

தெறிப்புகள் காணப்படுகின்றனவே அன்றி, மற்றபடி அவர் சைவ சித்தாந்த நெறிகளின் பாற்பட்டவராகவே அவருடைய பாடல்களில் விளக்கம் பெற்று நிற்கிறார்.

ஆகவே, இரண்டாம் பட்டினத்தார் சித்தரா என்ற கேள்விக்கு, 'இல்லை' என்றே விடை பகர்ந்தாகவேண்டும்.

3. பட்டினத்தார் நகரத்தாரா?

வேறுபடும் பாரதியார் ஆராய்ச்சி சரிதானா:

நகரத்தார்களின் ஒன்பது பிரிவுகளில் ஒன்றான இளையாத்தங்குடிக் கோவில் அரும்பார்க்கிளையார் என்னும் பிரிவினில் தோன்றியவர் இரண்டாம் பட்டினத்தார்.

எந்த ஒரு தனிமனிதனின் வழி வந்தவர்கள் என்றும் தங்களை அழைத்துக்கொள்ளும் பழக்கமில்லாத நகரத்தார்கள் தங்களைப் பட்டினத்தார் வழி வந்தவர்கள் என்று காட்டிக்கொள்வதில் மட்டும் பெரிதும் விருப்புற்று நிற்கின்றனர்.

அதன் காரணமாக அந்தப் பிரிவினருக் கிருந்த அரும்பாக்கிளையார் என்னும் இயற்பெயர் வழக்கு மங்கி, பட்டினத்தார் காலம்தொட்டு 'பட்டினசாமியார்' என்னும் புதுப் பெயரே புது வழக்குப் பெற்று நிலை பெறுவதாயிற்று.

ஆத்தாள்:

இரண்டாம் பட்டினத்தார் பாடல்களில் இன்றும் செட்டிநாட்டில் வழக்கிலுள்ள ஏராளமான சொற்கள் காணப்படுகின்றன.

'அரிசியோ நானிடுவேன் ஆத்தாள் தனக்கு
வரிசையிட்டுப் பாரத்து மகிழாமல்...'

நகரத்தார்கள் இன்றும் தாயை 'ஆத்தாள்' என்றே விளிக்கின்றனர்.

சங்குமுகமாடி...

இன்றும் செட்டிநாட்டு ஆச்சிமார்கள் தாலாட்டும்போது, இந்தப் பிள்ளையைப் பெறத் தான் செய்த தவங்கள், ஆடிய தீர்த்தங்கள், சென்ற கோயில்கள் இவற்றைக் குறிப்பிடும்போது,

> 'சங்கு முகமாடிச்
>
> சாயாவனம் பார்த்து
>
> முக்குளமும் ஆடி
>
> முத்தி பெற்று வந்த கண்ணோ!'

என்று பாடுவர்.

இவை அனைத்தும் காவிரிப்பூம்பட்டினப் பகுதியில் உள்ளவை. காவிரிப் பூம்பட்டினம்தான் இவர்களின் பூர்வீக மண்.

சங்குமுகம் என்பது சங்கமம் என்னும் சொல்லின் கொச்சை வழக்கு; காவிரி கடலில் சங்கமமாவதைக் குறிப்பது. அந்தச் சங்கமத்தில் ஆடிச் சாயாவனம் சிவனை வணங்கி, அருகிலுள்ள முக்குளத்திலும் தீர்த்தமாடிப் பிறந்த மகன் என்று போற்றித் தாலாட்டுகிறாள் செட்டிநாட்டுத் தாய்.

சட்டிபானை மோகம்:

இன்று 'எவர்சில்வர்' என்று சொல்லப்படும் 'நிலைவெள்ளி' வந்த பிறகு சட்டிபானைகள் அருகிவிட்டன. ஆயினும் பட்டினத்தார் திருவிழா பத்து நாட்களிலும் செட்டி நாட்டு ஆச்சிகள் சட்டி பானைகளை அடுக்கடுக்காக வாங்கிப் பேருந்துகளிலும் தொடர் வண்டிகளிலும் தூக்கிச் செல்லும் காட்சியினைக் காணலாம்.

சட்டிபானைக்கு முதன்மை இல்லை; மண்ணுக்கு முதன்மை!

தங்கள் குலத்தாரின் பூர்வீக மண் என்பது ஒன்று; பட்டினத்தார் பிறந்த மண் என்பது மற்றொன்று; அந்தப் பானையில் வடித்தால் சோறு ஒட்டாது என்று செட்டிநாட்டுப் பெண்கள் கூறுவது வழக்கம்.

அந்த மண்ணின் ஒட்டாத்தன்மையால் தாக்கம் பெற்றுப் பட்டினத்தார் துறவு பூண்டாரா, பட்டினத்தாரின் துறவு

நிலையால் தாக்கம் பெற்று மண் ஒட்டாத்தன்மை பெற்றதா என்று அந்தப் பெண்கள்தாம் கூறவேண்டும்.

அயல்வளவு:

'அயல் வளவில் ஒப்புடன் சென்று' (217)

வளவு என்பது வீட்டையும் வீட்டுப் புறத்தையும் குறிக்கிறது.

ஆனால் செட்டிநாட்டுக் கட்டுமானப்படி வளவுதான் வீட்டின் மையம்; நடுவில் 'வெளி' தெரியும்படியும் கோடைக் காலத்தில் காற்று மிகுந்து வரும்படியும் கொண்ட கட்டுமானம் இந்தப் பகுதி. அதன் இருவரிசையிலும் உள்வீடுகள் (inner rooms) இருக்கும். இன்னும் சொன்னால் வளவுதான் வீடு; அந்த வளவுக்கு முதற்கட்டு (அடுப்படி, கிணறு முதலியன) இரண்டாம் கட்டு (கொல்லை) இரண்டும் முன்னும் பின்னும் சேர்க்கப்பட்டு அவையும் வீடாகக் கொள்ளப்படினும், வாழும் பகுதி இந்த வளவே; ஆகவே, 'எங்கள் வீடு' என்பதை நகரத்தார் 'எங்கள் வளவு' என்றே பேச்சு வழக்கில் குறிப்பிடுவர்.

பட்டினத்தாரும் அயல் வீட்டை 'அயல் வளவு' என்று நகரத்தார் மொழியிலேயே குறிக்கிறார்.

செட்டிநாட்டுக் கட்டுமானத்தைக் (Architecture) குறிக்கும் 'வளவு' என்ற சொல் வழக்கு பட்டினத்தார் நகரத்தார் என்பதைப் பகரா நிற்கிறது.

தலையாய வேறுபாடு - சங்கு:

மற்றவர்கள் சாவுக்கு ஊதும் சங்கை நகரத்தார் வாழ்வுக்கும் ஊதுவர்; இதுதான் தலையாய வேறுபாடு.

நகரத்தார் வீடுகளில் தைப்பொங்கலன்று பால் பொங்கும்போது சங்கு ஊதும்; பெண் சடங்கானால் சங்கு ஊதும்; மாப்பிள்ளை அழைப்பில் மேளத்தோடு சேர்ந்து ஊதும்; பெண்ணழைப்பில் மேளமின்றித் தனித்து ஊதும்; திருப்பூட்டும்போது அஃதாவது தாலிகட்டும்போது ஊதும்; கட்டக் கடைசியில் கட்டையில் போகும்போது ஊதும். இப்படிப் பிறப்பிலிருந்து இறப்புவரை நகரத்தார் வாழ்வோடு பின்னிப் பிணைந்தது சங்கு!

பெரும்பான்மைச் சமூகங்களில் 'சங்கு ஊதிவிட்டான்...' என்றால் யாரோ ஒருவன் புறப்பட்டுவிட்டான் என்றே பொருள்.

பட்டினத்தாரின் முச்சங்கு:

பட்டினத்தார் சொல்கிறார்:

'முதற்சங்கு அமுதூட்டும்; மொய்குழலார் ஆசை
நடுச்சங்கு நல்விலங்கு பூட்டும் - கடைச்சங்கு
'ஆம்போது' அது ஊதும்; அம்மட்டோ இம்மட்டோ
நாம் பூமி வாழ்ந்த நலம்.' (382)

முதற் சங்கு பால் கொடுக்கிறது;

இரண்டாம் சங்கு திருமணத்திற்கு;

மூன்றாம் சங்கு சாவுக்கு.

இது பட்டினத்தார் கண்ட வரிசை. இதில் திருமணத்தில் ஊதும் சங்கு பட்டினத்தாருக்குப் பிறப்புச் சான்றிதழ் வழங்கும் சங்கு.

பந்தல் போடுங்கள்:

இழவு வீட்டில் 'பந்தல் போடுவது' நகரத்தார் வழக்கம்.

திருமண வீட்டில் போடுவதைக் 'காவணம்' என்றே நகரத்தார் குறிப்பிடுவர்.

காவணம் என்ற சொல்லுக்கும் பந்தல் என்றுதான் பொருள். ஆயினும் இழவு வீட்டில் பயன்படுத்துகிற சொல்லை வாழ்வுக்குப் பயன்படுத்தமாட்டார்கள். ஆனால் வாழ்வுக்கும் சாவுக்கும் பொதுவாகச் சங்கைப் பயன்படுத்துவது ஒரு தனிக் குறிப்புடையதாக இருக்கக் கூடும்.

பட்டினத்தார் உடற்கூற்று வண்ணத்தில் பாடுகிறார்.

'நின்றவர் 'பந்தர் இடும்' என வந்து பறையிட' (403)

செத்த வீட்டில் அங்கே நின்றுகொண்டிருந்த உறவினர்கள், நேரமாகிவிட்டது; 'பந்தல் இடும்' என்று சொன்னார்களாம்.

இந்தப் பந்தல், தெருவில் போடப்படும் தென்னங்கீற்றுப் பந்தலில்லை; வளவின் மையத்தில் நான்கு குச்சிகளைக் களிமண் கட்டிகளில் ஊன்றி, சதுரப்பட அமைந்த நான்கு கால்களுக்கும் மேல் ஒரு வெள்ளைத் துணியால் போடப்படும் பந்தல்.

பிணத்தைக் குளிப்பாட்டிய பிறகு, தூக்குவதற்கு முன்னால் இந்தப் பந்தலுக்குள் ஒரு பாயை விரித்து அதில் பிணத்தைப் போட்டுப் பிள்ளைகள், பங்காளிகள், உறவினர்கள் ஆகியோர் மும்முறை பட்டம் சுற்றிய பிறகு தூக்கிப் பாடையில் வைத்து எடுத்துச் செல்வார்கள். பிணம் தூக்கப்பட்ட பிறகு பந்தல் பிடுங்கப்பட்டுவிடும்.

நகரத்தார் இழவு வீடுகளில் முக்கியச் சடங்காகிய பந்தல் இடுதல் பற்றித் தன் பாடலில் குறிப்பிடும் பட்டினத்தார், தான் சார்ந்த சமூகத்தின் மரபுகளிலேயே ஊறித் திளைத்திருப்பவர் ஆதலின் அதைக் குறிப்பிடுவது இயல்பே!

பாரதியார் ஆராய்ச்சி:

பேரிச் செட்டியா: வேளாண் செட்டியா:

சுப்பிரமணிய பாரதியார் சென்னை மாநிலக் கல்லூரி தமிழ்ச் சங்கத்திலே 'பட்டினத்துப் பிள்ளை' என்னும் தலைப்பில் 10-11-1906-இலும் 17-11-1906-இலும் இரண்டு சொற்பொழிவு களை நிகழ்த்தியிருக்கிறார். இது மணிவாசகர் பதிப்பகம் வெளியிட்டுள்ள 'பட்டினத்தார் ஓர் அறிமுகம்' என்ற நூலில் சேர்க்கப்பட்டுள்ளது.

பட்டினத்தார் மாமிச போஜனம் செய்யும் 'பேரிச் செட்டிகள்' வகுப்பைச் சார்ந்தவரா அல்லது மாமிசம் உண்ணாத 'வேளாண் செட்டிகள்' வகுப்பைச் சார்ந்தவரா என்று கேள்வி எழுப்பி,

'கொன்றேன் அனேகம் உயிரையெல்லாம்

கொன்று கொன்று தின்றேன்'

என்ற பாடலைச் சான்று காட்டி அவர் மாமிச பக்ஷணம் செய்யும் குலத்திலேயே பிறந்திருக்கவேண்டும் என்று பேரிச் செட்டிகள் பக்கம் சாய்கிறார் பாரதியார்.

ஆனால் இந்த இரு குலத்தாரையும் குறிப்பிட்டு ஆய்வுக்கு எடுத்துக் கொள்வதற்குரிய ஆதாரம் எதையும் அவர் தன் பேச்சில் காட்டவில்லை.

அவர் தன் பேச்சின் நடுவே தேவையில்லாமல் இந்தச் சாதி ஆராய்ச்சிக்குள் மேலோட்டமாகப் புகுந்து வெளியேறி விடுகிறார்.

கிளறிப் பார்ப்பதும் தேவையாயிற்று:

பட்டினத்தார் எந்தச் சாதியாயினும் அது ஒரு பொருட்டில்லை. சாதிகளைக் கடந்த அறிவர் அவர். வாழ்வைப் பொருளுணர்ந்து வாழ்ந்தவர்; கை தொழத்தக்க துறவி.

அவரைச் சாதிக்கூட்டுக்குள் அடைப்பது அறிவுக் குறையே! ஆயினும் பாரதி போன்ற தன்னிகரற்ற பாவலன் ஒருவனால் தவறாகப் பதியப்பட்டச் செய்தியை அதற்குரிய ஆதாரத்தோடு மறுப்பது கடமை என்பதால் இதை இப்படிக் கிளறிப் பார்ப்பது ஒரு தேவையாயிற்று!

4. பட்டினத்தார் துறவு

திருவிழாவில் பட்டினத்தாரின் தாயார் இறந்த அன்று பெண்கள் வைக்கும் ஒப்பாரியில், பட்டினத்தார் துறவு குறித்து அவருடைய தாயார் கொண்ட கவலை குறிப்பிடப்படு கிறது.

'மனம்போல மஞ்சன் வளவை விட்டுத் தாண்டையிலே
மாதா சமர்த்தி மறுகி அழுதாளாம்'

மஞ்சன் என்பது ஆண்மகனைக் குறிக்கிறது. தன்னுடைய மகனாகிய பட்டினத்தார் பிறருடைய சொல்லையெல்லாம் மறுத்துத் தன் மனவோட்டப்படித் துறவு மேற் கொண்டு, வளவை (வீட்டை) விட்டுத் தாண்டிப் போகும்போது, பெற்ற தாய் கலங்கி அழுகிறாள்.

பிறரிடம் யோசனை கேட்டுத் துறவு மேற் கொள்வது என்பது இயலக்கூடிய ஒன்றில்லை. எந்தத் தாயும், மனைவியும் இதற்கு இசைய மாட்டார்கள். புலன் சார்ந்த வாழ்வில் ஊறித் திளைத்திருக்கும் இந்த எளிய மக்கள் மறுகி அழவே செய்வர்; துறவு மனநிலையை எதிர்க்கவே செய்வர்.

துறவு என்பது அடிப்படையில் தாய், மனைவி, மக்களைத் துறத்தல். ஆதலால், அவர்களிடமிருந்துதான் முதலில் எதிர்ப்புக் கிளம்பும்.

ஆகவே, பட்டினத்தார் எடுத்த இந்தத் துறவு முடிவு பிறர் யோசனையின் பாற்பட்டதன்று; அவர் தன் மனப்போக்குப்படி எடுத்த முடிவு என்பதையே ஒப்பாரியின் 'மனம்போல' என்னும் சொற்கள் குறிக்கின்றன.

வளைவை விட்டுத் தாண்டுகையில்:

துறவு கொள்ளப் போகும் முடிவு கொஞ்சம் கொஞ்சமாகப் பட்டினத்தாரிடம் வளர்ந்திருக்கும்; அது தாயிடமும் மனைவி யிடமும் கொஞ்சம் கொஞ்சமாக வெளிப்படுத்தப்பட்டிருக்கும்; அவர்கள் அதை எதிர்த்துப் போராடி இருப்பர்; பிறகு களைத்து ஓய்ந்திருப்பர்.

பட்டினத்தார்க்கு 'உணர்த்தப் பெற்ற செய்தி' சில நாட்களிலோ சில காலத்திலோ உரம் பெற்று முதிர்ந்திருக்கும்.

அது முதிர்ந்து செயல்பாட்டுக்கு வந்துவிட்டது என்பதையே 'வளைவை விட்டுத் தாண்டுகையில்' என்னும் ஒப்பாரி வரிகள் குறிக்கின்றன.

இந்தச் செய்தி அறியப்பட்ட நாளிலிருந்து தாயும் மனைவியும் அழுதிருப்பர். ஆயினும் செய்தி அளவினதாக இருந்த அது செயல்பாட்டுக்கு வந்துவிட்டது. அவன் வளைவைத் தாண்டிக் கொண்டிருக்கிறான் என்னும்போது அவர்களின் அழுகையில் கலக்கம் கலக்கிறது; மறுகி அழுகிறார்கள்!

அந்த மஞ்சன் (மகன்) இதுவரை வளைவைத் தாண்டியதே இல்லையா? இது முதல் முறையா? இல்லையே! பிறந்ததிலிருந்து இதுவரை ஆயிரமாயிரம் முறை தாண்டியிருப்பானே!

பின் ஏன் கலக்கம்...? அவன் அத்தனை முறை தாண்டியதுண்டு; ஆனால் ஒவ்வொரு முறையும் திரும்பி வந்துவிடுவான்!

இப்போது தாண்டுகிறானே... இனித் திரும்பி வரமாட்டான். தாண்டியது தாண்டியதுதான்!

இன்றும் நள்ளிரவு வரும்; கதவைத் தட்டி 'ஆத்தா...' என்று அந்தக் குரல் அழைக்காது.

'சிவகலை... சிவகலை... தூங்கிவிட்டாயா...' என்றெல்லாம் குழைந்து, முகம் மேல் முகம் வைத்து முத்தாடியவன் வெளியேறி விட்டான். இனி எஞ்சிய வாழ்க்கை முழுவதும் சிவகலை பாயில் வறிதே கிடப்பாள்; அந்தப் பாயைப் பகிர்ந்து கொண்டவன் வளவை விட்டுத் தாண்டிவிட்டான்!

காரியம் கேட்டு வரும் கணக்கர்கள்; கண்ணசைவுக்குக் காத்திருக்கும் ஏவலர்கள்; முகம் பார்த்து நிற்கும் ஊரார்; உதவி கேட்டு வரும் ஏழைபாழைகள்; 'பெரிய புள்ளி' என்னும் அடிப்படையில் பதவிசாக வந்து நிற்கும் அரசு அதிகாரிகள்; 'ஓயாத விருந்து, இடுப்பொடிகிறது' என்று இடையிடையே சலித்தாலும், வந்த விருந்தினர் வயிறார உண்டு மனமாரப் பாராட்டிச் செல்கையில் மனைவி சிவகலைக்கு ஏற்படும் மனச்சிலிர்ப்பு; இவை எல்லாவற்றையும் மேற்பார்வையிடும் தாயார் ஞானகலை யின் பெருமிதம்- இவை அனைத்தும் இனி அற்றுப் போய்விடும்; இவற்றிற்கெல்லாம் காரணமான 'மஞ்சன்' வளவைவிட்டுத் தாண்டிவிட்டான்; இனித் திரும்பமாட்டான்; கடையாணி கழன்று விட்டது; இனி வண்டி ஓடாது; ஆகவே, அழுகை வெடிக்கிறது.

தங்களுக்காக மட்டுமல்ல; அவனுக்காகவும் அழுகின்றனர். எல்லாமிருந்தும் இல்லை என்றாகி விட்டான்!

'நேரமாகி விட்டது; சாப்பிட வாருங்கள்' என இனி அவனை யார் அழைப்பார்கள்? ஒருவேளை இவனே வீடு தேடிப் போய்க் கேட்டாலும் அவர்கள் போட்டால் உண்டு. இல்லையென்றால் இல்லைதானே!

பட்டாடை உடுத்தியவன் கையளவுக் கோவணத்தோடு திரியப் போகிறான்; கேட்டால், 'நாடாளும் மன்னனாயினும் அவ னுடைய கோவணத்தைக் கூட உரிந்து கொண்டுதான் உருட்டிப் போட்டுச் சிதையில் எரிப்பார்கள் என்பதை நீ அறிய மாட்டாயா?' (381) என்று எதிர்வினாத் தொடுக்கிறான்.

குளிருமே... தவிப்பானே என்று நினைத்தால், 'தடுக்கப் பழைய ஒரு வேட்டி உண்டு' (313) என்று மகிழ்கிறான்!

என்ன இல்லை...!

காலையில் வெளிப் போந்தால் மாலையில் அடைவதற்குப் பறவைகளுக்கும் கூடு உண்டு. மிகுந்த ஏழைக்கும் இரவில்

படுக்க ஒரு பனையோலைக் குடிலுண்டு; இவன் அதுவும் அற்றானே என்று மனம் தவிக்கும்போது, ஏன் புறத்திண்ணை இல்லையா என்று கேட்கிறான்!

'உடை கோவணமுண்டு; உறங்கப் புறந்திண்ணை உண்டு; உண்ண அடைகாய் இலை உண்டு; அருந்தத் தண்ணீருமுண்டு...' (297)

என்று எதுவுமே இல்லாத பட்டினத்தார் எல்லாம் இருப்பவர் போல் 'உண்டு, உண்டு' என்று பாடுகிறார்.

அவருடைய மொத்த வசதியும் இந்த ஒரு கோவணம்தான்; இதற்கே,

'வடகோடு உயர்ந்தென்ன

தென்கோடு சாய்ந்தென்ன வான் பிறைக்கே' (297)

என்று தூக்கி எறிந்து பேசுகிறாரே; இது மிகுந்த அதிசய மில்லையா! அவருடைய பெருமிதம் நியாயந்தானா என்று சரிபார்க்க வேண்டாவா?

நம்மிடம் வசதியில்லை; இதுவே கவலை!

நம்மைவிட வசதியுள்ளவன் கூடுதல் கவலையில் மூழ்கிக் கிடக் கிறானே! ஆகவே, வசதியின்மைக்கும் கவலைக்கும் தொடர் பிருக்க முடியாது!

இன்னொரு வகையாகச் சொன்னால், மேலும் மேலும் வசதிகள் வேண்டுமென்னும் நம்முடைய முற்றுப் பெறாத ஆசைகளே நம்முடைய வலிகளுக்கெல்லாம் மூல காரணம்!

புறநானூறு அளவிடுகிறது:

'கடல் சூழ்ந்த உலகைப் பலரோடு பங்கிட்டு ஆள்வோம் என்று கருதாமல், தான் ஒருவனாகவே ஆளவேண்டுமென்று நினைக்கிற மன்னவனுக்கும், தன்னுடைய உணவுக்காக விலங்குகளின் பின்னால் ஓடித் திரிகிற வேடனுக்கும், எண்ணிப் பார்த்தால் வாழ்வின் தேவைகள் ஒரு தன்மையானவையே!

'உண்பது நாழி; உடுப்பவை இரண்டே
பிறவும் எல்லாம் ஓரொக்கும்மே

செல்வத்துப் பயனே ஈதல்

துய்ப்பேம் எனினே தப்புந பலவே' (189)

நாழிச் சோற்றுக்கும் ஈருடைக்கும் மேல் தேவையில்லாத வாழ்க்கையில், செல்வம் மிகுதியாகச் சேர்ந்துவிட்டால் பிறர்க்கு வழங்கி வாழுங்கள்; நாமே எல்லாவற்றையும் துய்த்து விடுவோம் என்று கருதினால் எல்லாமே தப்பிப் போகும் என்றார் மதுரைக் கணக்காயனார் மகனார் நக்கீரனார்!

அளவுபட்ட துய்ப்பு; அளவுபடாச் சேகரிப்பு:

நான்கு வீடுகள் இருந்தாலும் ஒரு வீட்டில் ஓர் அறையில்தானே வாழ முடியும்; வீடுகள் அனைத்திலும் புரள முடியாதே!

உடைகள் எத்தனை இருப்பினும் இரண்டுதாமே அணிய முடியும்; ஒன்றின் மேல் ஒன்றாகப் பத்தையும் அணிய முடியாதே!

நாம் ஒடுங்குகின்ற நிழல் அளவுக்குப்பட்டது போல உண்ணும் உணவும் அளவுக்குட்பட்டது போல உடுக்கும் உடையும் அளவுக்குட்பட்டதுதானே!

அளவுபட்ட துய்ப்பும் அளவுபட்ட தேவைகளுமே உண்மையா யிருக்க, அளவுபடாச் செல்வச் சேகரிப்பால் என்ன பயன்? பிறர்க்கு வழங்குவதற்காய் இருந்தாலொழிய!

வாழ்நாள் முழுவதும் சருகு சேகரிப்பதிலேயே ஈடுபட்டு என்ன செய்வது? தேவைக்கு மேற்பட்ட சருகுகள் மூலையில் தாமே கிடக்கும்?

நம்முடைய பிள்ளைகள் மற்றும் பேரன்களின் தேவைகளும் வரம்புக்குட்பட்டவைதாமே!

பொய் மதிப்பீடுகள்:

சமூக மதிப்பீடுகள் பொய்ம்மையின் மீது கட்டப் பெற்றிருக் கின்றன. கூடுதல் செல்வம் பெற்றிருப்பவன் கூடுதலாக நுகர முடியாது எனினும் சமூகத்தில் கூடுதல் மதிப்புப் பெறுகிறான்; அந்தச் செல்வத்தின் வழியே ஓர் அதிகாரம் பெறுகிறான்; ஆட்சியினர்க்குக்கூட ஒரு விலை குறிக்க முடிகிறது. இவை 'தான்' என்னும் ஆணவத்திற்கு உரமாகின்றன.

'செல்வரைப் பின்சென்று உபசாரம் பேசித் தினந்தினமும்
பல்லினைக் காட்டிப் பரிதவியாமல்...' (334)

என்று பட்டினத்தார் பாடுவதுபோல், பல்லினைக் காட்டிப்
பரிதவிப்பது, இல்லாதவனுக்குத் துன்பத்தைத் தந்தாலும்,
இருப்பவனுக்கு இன்பமே தருகிறது. ஆதலின் அவன் செல்வச்
சேகரிப்பில் முனைப்பே பெறுகிறான்.

கூடுதல் செல்வம் திரட்டிச் சமூகத்தில் முதன்மை பெறுவது
என்னும் போட்டி முற்றுப் பெறாத போட்டியாக நீள்கிறது. ஒரு
கட்டத்தில் அது முட்டுப்பட்டு நிற்கும்போது, வழியில்லாத
வழியில் படர்ந்தாவது அச்சேகரிப்பில் முதன்மையுற வேண்டி
யிருக்கிறது.

இப்படிச் சிலரால் ஈட்டப்படுகின்ற செல்வம் ஒரு திருமணம்
செய்வதற்கு நூறு கோடி ரூபாய் செலவழிப்பதில் போய்
முடிகிறது.

இப்படி ஒரு திருமணத்தை மன்னர்கள் கூடச் செய்ததில்லை என்று
உலகம் சொல்லவேண்டும் என்ற ஒரே குறிக்கோளோடு
இத்தகைய திருமணங்கள் செய்யப்படுவதால் அந்தத் திருமணங்
களில் பணம் தண்ணீராய் வாரி இறைக்கப்படுகிறது; வேட்டாகச்
சுடப்படுகிறது.

சுற்றியிருக்கிற பணக்காரர்கள் மருண்டு போகிறார்கள்; இது
போல் தங்களால் முடியாது எனத் தலைகள் குனிகின்றன. இது
நூறு கோடி செலவழித்த செல்வருக்குப் பெருமை சேர்க்கிறது;
அவர் செருக்குறுகிறார்!

இது ஒரு நிலை!

தீப்பெட்டிப் படமும் ரிசர்வ் வங்கித் தாளும்:

பள்ளிக்கூடத்துச் சிறுவர்கள் தீப்பெட்டிப் படம் சேர்க்கும்
போட்டியில் ஈடுபடுகின்றனர். எல்லாரும் சேர்க்கின்றனர்
எனினும் ஒருவன் யார்யாரையும் விஞ்சிப் பல வண்ணங்களில்
பல நூறு படங்களைச் சேர்த்துத் தொகுத்துக் காட்டுகிறான்.
அவனுக்குப் பல சிறுவர்கள் அஞ்சுகின்றனர்; அவனே
தங்களினும் பெரியன் என உடன்படுகின்றனர்; அதன் காரணமாக
வெற்றி பெற்ற சிறுவன் செருக்குறுகிறான்; பெருமைக்குரியவன்
ஆகிறான்.

ஆண்டுகள் ஊர்கின்றன; அவன் முதிர்ச்சி பெறுகிறான். அவன் தான் தொடர்ந்து சேகரித்து வந்த தீப்பெட்டிப் படங்களைத் தன் தோழர்களிடம் காட்டுகிறான்; 'இது என்ன வெட்டி வேலை' என்று அவர்கள் நகைக்கின்றனர்!

சிறுவர் உலகத்தின் மதிப்பீடு வேறு; முதிர்ச்சியுற்ற உலகத்தின் மதிப்பீடு வேறு!

புதிய மதிப்பீட்டுக்குத் தன்னை மாற்றிக்கொள்ளலானான். ரிசர்வ் வங்கி அச்சிட்ட தாள்களைச் சேகரிக்கத் தொடங்குகிறான்; அதற்கு எந்த வழியையும் கையாளத் தொடங்குகிறான்; முறை யான வழியில், அவன் அளவான சேகரிப்பே செய்ய முடியும் என்பதால் வழியில்லாத வழியிலும் படர்கிறான்.

பட்டினத்தார் சொல்வது போல்

'நாப்பிளக்கப் பொய்யுரைத்து நவநிதியம்' தேடுகிறான். (420)

முதிர்ச்சி பெற்ற உலகம் கைதட்டி ஆர்ப்பரிக்கிறது.

சிறுவனாய் இருந்து தீப்பெட்டிப் படங்கள் சேர்த்தான்; முதியவ னாய் வளர்ந்து ரிசர்வ் வங்கித் தாள்களைச் சேர்த்தான்!

இரண்டு வெவ்வேறு உலகங்களின் மதிப்பீடுகளை அறிந்து செயல்பட்டதால் அந்தந்த உலகத்தின் கைதட்டலை அந்தந்தப் பருவத்தில் அவனால் பெற முடிந்தது.

சிறந்த இரையாம்:

டாட்டாவும் பிர்லாவும் பத்தாயிரம் கோடி ரூபாய்த்தால் மதிப்புள்ளவர்கள். கணிப்பொறிக்கு 'சாப்டுவேர்' தயாரிக்கும் அமெரிக்கப் பணக்காரன் 'பில்கேட்' (Bill Gate) ஒரு லட்சத்து முப்பதாயிரம் கோடி ரூபாய்த்தால் மதிப்புள்ளவன்.

இவனுக்குச் சொந்தத்தில் ஏகப்பட்ட பாதுகாவலர்கள்; இதுபோலவே அரசும் பாதுகாப்பு நல்குகிறது; இவ்வளவும் எதற்கு என்று கேட்டால், அவனை ஒருவனைக் கடத்திச் சென்று விட்டால் பத்தாயிரம் கோடி பணம் கேட்டாலும் கொடுத்துத் தானே ஆகவேண்டும் என்பதால் கடத்தல்காரனுக்கு அவன் சிறந்த இரையாம்!

'மாடு உண்டு கன்று உண்டு மக்கள் உண்டு
                              என்று மகிழ்வது எல்லாம்
கேடு உண்டு எனும்படிக் கேட்டுவிட்டோம்;
                              இனிக் கேள் மனமே!' (314)

என்று பாடுகிறார் பட்டினத்தார்.

தான் முற்றிலுமாகத் துய்க்க முடியாத செல்வம் எஞ்சி நின்று
உயிருக்கு அச்சத்தையும் தோற்றுவிக்கிறது என்றால் அது
கேடுதானே!

இது மேற்கத்திய அறிவுக்குப் (Western mind) பிடிபடாத ஒன்று!
இப்போது கிழக்கு, தெற்கு எல்லாமே மேற்கைக் குருவாகக்
கொண்டு விட்டனவே!

எந்த ஒன்றும் அழிந்து திருந்தவேண்டும்; இன்றேல் பட்டினத்தார்
போன்றோரை அறிந்து திருந்தவேண்டும்.

பட்டினத்தார் பில்கேட்டுக்கு நேர்மாறான தன்னுடைய
வறட்சியைப் பாடிவிட்டு அதுதான் குறைவற்ற செல்வம் என்று
மெய்நூல்கள் கூறுவதாகக் கூறி அவற்றைச் சாட்சிக்கும்
அழைக்கிறார்.

தன்னிடமிருப்பவற்றைப் பட்டியலிடுகிறார்.

1. வெற்றிலை பாக்கு மெல்லாததால் பெற்ற கரையற்ற பல்

2. கரித்துணி (அவருடைய ஆடை)

3. கள்ளம் இல்லாத பொறுமையான நெஞ்சம்

4. பிறர் வேண்டாமென்று கருதி வெறுத்துத் தந்த பழஞ்சோறு
(பொல்லா ஊண்)

5. தரையில் கிடப்பு

6. இரந்துண்ணும் ஓடு
    'கறை அற்ற பல்லும் கரித்துணி ஆடையும் கள்ளம் இன்றிப்
    பொறையுற்ற நெஞ்சமும் பொல்லாத ஊனும் புறந்திண்ணையும்
    தரையிற் கிடப்பும் இரந்துண்ணும் ஓடும் சகமறியக்
    குறைவற்ற செல்வம் என்றே கோலமாமறை கூப்படுமே!' (325)

பட்டினத்தாரை கொலைசூழ்வார் யாருமிலர்; அவரைக் கடத்திக் கொண்டு போவதால் மேற்கொண்டு சாப்பாடு போடும் தொல்லை வேறு ஏற்படும். அவரிடமிருந்து பறித்துக்கொள்ளத் தக்கதாக, அவர் உடம்புக்குப் புறம்பே அவருக்குள்ள ஒரே உடைமை அவருடைய ஓடுதான்!

உயிருக்கு கேடு சூழும் பில்கேட்டின் செல்வத்தால் யாது பயன்?

குறைவற்ற செல்வர் பட்டினத்தார்தானே!

துறந்தோரின் இன்றைய நிலை

இசுலாமும் கிறித்துவமும்; மேற்கத்தியத் துறவு:

இசுலாம் துறவை ஏற்றுக்கொள்ளவில்லை;

இயேசு முட்டமுழுக்கத் துறவிதான்; ஆனால் அது எல்லோருக்கும் இயலக்கூடியதன்று என்று அவர் அதைப் பொதுவிதியாக்க வில்லை.

அவருடைய சீடர்களில் பீட்டர் மணமானவர் என்று தெரிகிறது; ஆனால் அவரும் இறைப்பணி புரிவதற்கு வீட்டை உதறிவிட்டு வெளியேறியவரே!

அந்த அடிப்படையில் கத்தோலிக்க சமயம் தன் பாதிரிகளைத் திருமணம் செய்ய அனுமதிக்காமல் தடுத்து வைத்திருந்தது.

அதனால் தனி வாழ்வில் ஒளிவு மறைவாக நிகழும் கேடுகளைச் சுட்டிக்காட்டி மார்ட்டின் லூதர் கத்தோலிக்க சமயத்தைப் பிளந்துவிட்டார். இவருடைய பிரிவுப் பாதிரிகள் மணவாழ்வை மேற்கொள்ளலாயினர்.

பாதிரிகள் மணம் செய்யாதவர்களே ஒழியத் தங்களுக்கென ஏற்பட்ட பிற வசதிகளைத் துறந்தவர்கள் அல்லர்.

போப்பாண்டவர் தனி அரசே நடத்துகிறார். உரோமாபுரிப் பகட்டு உலகில் இணை சொல்ல இயலாதது.

இந்தியச் சமயங்களின் தாக்கம் பெறாத நாடுகளில் தனி மனிதன் துறவு பூணுவது என்பது அறவே கிடையாதென்றே சொல்லலாம்.

சிட்டு கிருட்டிணமூர்த்தி; ஒ.சோ இரசுனீசு
இரு இணையற்ற அறிவர்கள்:

இந்தியாவில் இந்த நூற்றாண்டில் தோன்றிய இருபெரும் அறிவர்கள் சிட்டு கிருஷ்ணமூர்த்தியும் (JK) ஒ.சோ இரசுனீசும். இவர்கள் வசதிகளில் வாழ்ந்தனர்; இவர்கள் பையில் பணம் வைத்துக்கொள்வதில்லை; இவர்களுக்கு வங்கிகளில் கணக் கில்லை; ஆனால் இவர்களுக்காக வீடு, மகிழ்வுந்து, உதவியாளர் மற்றும் ஏவலர்கள் சம்பளம், விண்ணூர்தி, பயணச்சீட்டு ஆகிய அனைத்துப் பராமரிப்புகளும் இவர்கள் உருவாக்கிய அறக் கட்டளைகளால் செய்யப்பெற்று வந்தன. இரசுனீசுக்கு எண்ணற்ற ரோல்சுராய்சு மகிழ்வுந்துகளும் விண்ணூர்தியும் சொந்தத்தில் இருந்தன. அறிவை விற்று அரேபிய சுல்தானைப் போல் வசதிபெற்று வாழ்ந்தவர் இரசுனீசு ஒருவரே.

இவர்கள் இருவருமே வியக்கத்தக்க அறிவைப் பெற்றவர்கள்; ஏராளமான நூல்கள் எழுதியவர்கள். இருந்தாலும் உலகின் சில பகுதிகளில் ஒரு சிறிய அறிவு வட்டத்தில் சிறுசிறு அதிர்வுகளை அவர்களால் உண்டாக்க முடிந்ததே ஒழிய அவர்கள் பெற்றிருந்த அறிவு அளவுக்கு ஒரு பெரிய தாக்கத்தை மன்பதைமீது ஏற்படுத்த முடியவில்லை.

உலகு, அறிவைப் பின்பற்றுவதில்லை; செயலைப் பின்பற்று கிறது. அதனால்தான் காந்தியால் இந்தியாவைத் தன் சுட்டுவிரல் அசைவுக்குக் கீழ்ப்படுத்த முடிந்தது.

காந்தி ஒரு துறவி; அரசியலில் ஆன்மிகத்தைக் கலந்தவர்.

ஆனால் இன்றைய சமயத் தலைவர்களோ ஆன்மிகத்தை அரசியலாக்கிவிட்டனர்.

மடாதிபதிகள் தளைப்பட்டவர்கள்;
பட்டினத்தார்கள் விடுதலை பெற்றவர்கள்:

சங்கரமடத்திலிருந்து சைவ மடங்கள்வரை அனைத்திலும் துறவிகள் காணப்படுகிறார்கள் என்று சொல்லமுடியாது; மடாதிபதிகள் காணப்படுகிறார்கள் என்பதே உண்மை.

அவர்கள், தாங்கள் கற்றவற்றைத் திரும்பிச் சொல்கிறார்கள். இதைத் தமிழாசிரியர்களே செய்வார்களே!

மடாதிபதிகள் தங்கள் மடங்களுக்கான சொத்துக்களை மீட்பதற் காகவும், வயல்களில் தண்டவேண்டிய வாரங்களுக்காகவும் வாடகைத் தண்டுவதற்காகவும், தராதவர்களை வெளியேற்று வதற்காகவும் நீதிமன்றங்களில் வழக்கு நடத்துகின்றனர்.

இவர்கள் வீடுகளிலிருந்து தங்களுக்காகச் செய்துகொள்ள வேண்டிய காரியங்களை காவியை கட்டிக்கொண்டு தாங்கள் சார்ந்த சமய நிறுவனங்களுக்காகச் செய்து வருகின்றனர்.

இதனால் இவர்களுக்கோ மக்களுக்கோ யாதொரு பயனு மில்லை!

பெரிய சங்கராச்சாரியார், தன்னுடைய நூறாவது பிறந்தநாளில் தங்க மலர்களால் அருச்சிக்கப்பட்டார்.

இந்த மடத்தின் மதிப்பு சங்கர வேதாந்தத்தைப் பொறுத்ததா? அல்லது சொரிகின்ற தங்கமலர்களைப் பொறுத்ததா?

சைவ, வைணவ மடங்களும் இதற்கு விதிவிலக்கல்ல.

இவற்றையெல்லாம் பார்க்கின்ற மக்கள் என்ன நினைப்பார்கள்? முற்றும் துறந்த முனிவர்களுக்கே இவ்வளவு வசதிகளும் பணமும் தங்கமும் தேவைப்படுகின்றபோது நமக்கு வேண்டாவா என்று நினைக்கமாட்டார்களா?

இவர்களைப் பார்த்தும் மக்கள் கெட்டொழிந்தமையால் இவர்களும் இந்த நிறுவனங்களும் இல்லாது போயிருந்தால் மக்களிடையே கேடும் இந்த அளவுக்கு நிகழாமல் போயிருக்கும்.

பட்டினத்தாருக்குப் பிறகு

தாயுமானவர்; வள்ளலார்; காந்தி:

இந்த வகையில் பார்த்தால் பட்டினத்தாருக்குப் பிறகு நாயக்கர் ஆட்சிக் காலத்தில் அமைச்சர் பதவியைத் துறந்து துறவியான தாயுமானவரும், சென்ற நூற்றாண்டில் இரக்கமே வடிவான திருவருட் பிரகாச வள்ளலாரும் கடந்த காலங்களில் வாழ்ந்து காட்டி மக்களை நெறிப்படுத்தியோராவர்.

இவர்களுக்குப் பிறகு காந்தி; காந்திக்குப் பிறகு யாருமில்லை!

பட்டினத்தார் துறவு

தனிநலமா பொதுநலமா:

எந்த ஒரு மாந்தனின் வாழ்வும் முதலில் தன்னை மையமாகக் கொண்டதே. எளிய மனிதர்கள் தம்மோடும் தம் குடும்பங்க ளோடும் முடிந்து போய் விடுகின்றனர். அறிவர்கள் தங்களையும் வலியிலிருந்து விடுவித்துக்கொண்டு தங்களைச் சுற்றியுள்ள மக்களையும் விடுவிக்கின்றனர்.

புத்தரிலிருந்து பட்டினத்தார், வள்ளலார் வரை பொதுநல உணர்வு காரணமாகவே ஒதுங்கிச் செல்லாமல் மக்களுக் கிடையே வாழ்ந்தனர். அவர்கள் அறிவுத்தீ கொளுத்துவதைத் தங்கள் பிறவிக் கடமையாகக் கருதினர்.

'ஆற்றில் கிடந்தும் துறையறியாமல் அலைகின்றனையே' (336) என்ற பட்டினத்தார் பாடல் வரியில் பிற உயிர்களைக் கரை சேர்க்கும் உணர்வு பொங்கித் ததும்புகிறது.

வாழும்போது நேரடியாகவும் தங்கள் மறைவுக்குப் பிறகு பாடல்கள் மூலமும் தாங்கள் பயன்படவேண்டும் என்று எண்ணினர். அதனால்தானே அவர்கள் எழுத்தாணி பிடித்து எழுதி வைத்துவிட்டுச் சென்றிருக்கின்றனர்.

தூண்டியது யார்:

பட்டினத்தார் பற்றிய பல கதைகள் செவிவழிச் செய்திகளே. எனினும் துறவு போன்ற சில முக்கிய நிலைமாற்றங்களுக்கான சான்றுகள் அவருடைய பாடல்களிலேயே காணக் கிடைக்கின்றன.

வண்டியும் பல்லக்கும் ஆள் அம்பு சேனையுமாக வாழ்ந்தவர்;

காதல் மனையாளின் முயக்கத்தால் உயிர் தளிர்க்கப் பெற்றவர்;

பாசத்தாயின் அன்பில் நனைந்தவர்;

இப்படி ஒரு முடிவுக்கு வரவேண்டிய கட்டாயம் என்ன?

இயல்பான வாழ்க்கைக்கு நடுவே இப்படி மாறிச் சிந்திக்க வேண்டிய தேவை என்ன?

இதைத் தூண்டியவர் யார்?

நாடகம் நடத்தச் சிவனே வந்தான்:

திருவிடைமருதூர்ச் சிவன் பட்டினத்தாரின் வாழ்வில் மாற்றம் உண்டு பண்ணி அவரை ஆட்கொள்ளக் கருதினானாதலின், அவன் தானே ஒரு மகவாக உருக்கொண்டு, ஓர் அந்தணர் வாயிலாகப் பட்டினத்தார் வீட்டில் வந்து வளர்ந்து, உரிய பருவத்தில் பட்டுத்துணியால் சுற்றிய ஒரு பொருளை ஓர் அழகிய பெட்டியில் வைத்துத் தாய் கையில் கொடுத்து மறைந்தனன் என்றும், மனைவியிடமிருந்து வாங்கிப் பட்டினத்தார் பெட்டியைத் திறக்க, அதனுள் பட்டால் சுற்றியிருக்க, பட்டால் சுற்றிய பொருள் விலையுயர்ந்த பொருளாய் இருக்கக்கூடும் என்று பதவிசாய்ப் பிரித்தெடுக்க. உள்ளே ஒரு 'காதறுந்த ஊசியினைக்' காண்கிறார்.

எப்படி இருக்கும்...!

நிகழ்ச்சிகள் நாடகப் பாங்கில் நடந்தேறுகின்றன.

முக்கியத்துவமற்ற ஒரு காதறுந்த ஊசிக்கு ஒரு பட்டுத்துணியும் பெட்டியும் ஏன்?

தேவையில்லைதான்! ஆனால் அது வழங்கும் செய்தி முக்கியத் துவமுடையதாயிற்றே!

பெட்டிக்குள் இருப்பது வெறும் ஊசியில்லை; அதற்குள் இருப்பது பட்டினத்தார் வாழ்வையே தலைகீழாகப் புரட்டப் போகும் செய்தி!

காதறுந்த ஊசி செய்த வேலை

'வாழ்க்கை எப்படி இருக்கிறது?' - திருவிடைமருதூரான் கேட் கிறான்.

'திரண்ட செல்வம் இருக்கிறது; மேலும் சூதாடு கருவியை யொத்த முலையும் மான்போன்ற விழியும் உடையவளின் முயக்கம் இன்பம் தருகிறது; இருப்பினும் மரக்கலங்கள் சூறைக்காற்று மோதிக் கவிழ்ந்து விடுமோ; அதனால் அடிநிலையை அடைந்து விடுவோமோ என்னும் அச்சங்கள் இடையிடையே வந்து போவ துண்டு; பொதுவாக இப்போதைய நிலையில் ஒச்சமில்லை!'

'ஒருநாள் திடுமென மூச்சு நின்றுவிடும்; நீ அறிவாயா?'

'அறிவேன் பெருமானே! அதை நினைத்தால்தான் அடிவயிற்றை முறுக்குகிறது!'

'அந்தக் கலக்கத்திலிருந்து விடுவித்துக்கொள்ள மான்விழியாள் முயக்கம் உதவுமா?'

'........'

'உன்னுடைய திரண்ட செல்வம் உதவுமா?'

'.........'

'காதறுந்த ஊசியாயினும் உன்னோடு கூட வருமா?'

'..........'

பெருமான் உணர்த்திய செய்தி இதுதான் என்கிறார் பட்டினத்தார்!

'சூதுற்ற கொங்கையும் மானார்
கலவியும் சூழ்பொருளும்
போது உற்ற பூசலுக்கு என் செய்ய ஆம்?
செய்த புண்ணியத்தால்
தீதற்ற மன்னவன் சிந்தையில்
நின்று தெளிவதற்கோ
காதற்ற ஊசியைத் தந்து விட்டான்
என்றன் கைதனிலே!' (305)

காதறுந்த ஊசி, தொடர் கேள்விகளை மனத்தில் எழுப்புகிறது; மனம் அலைவுறுகிறது; இதுவரை நடந்த தடம் தவறான தடம் என்று தெரிய வருகிறது. இப்போது மட்டுமன்று; எத்தனையோ பிறப்புகளில் இதே தடத்தில் நடந்து வீணானதெல்லாம் மனத்தினில் தோன்றுகின்றது. ஒரு நடுக்கம் பிறக்கிறது.

வழிக்கேது துணை:

உடலே வாழ்வு; புலன் வழிப்பட்டதே இன்பம்; தலையாய இன்பம் பெண்வழிப்பட்டது; ஆகவே, மனைவி முதல் உறவு; மகன் அடுத்த உறவு; இவர்களைக் கொண்ட குடும்பத்தை மகிழ்ச்சியாக வைத்திருப்பது வாழ்வின் தலையாயக் கடன்; நாம் வேறு அவர்கள் வேறு அல்லர்; உறவினர்களையும் உடன்

எண்ணலாம்; பணம் இன்றியமையாதது; அதைக் குவிக்க வேண்டும்; அதைக் கொண்டு எதையும் செய்து முடித்துக் கொள்ளலாம் என்றெல்லாம் இதுவரை தீர்மானமாகச் செயல் பட்டு வந்த பட்டினத்தாரின் மனத்தில் புதிய ஐயங்கள் தோன்றத் தொடங்கின.

நிலம், நீர், காற்று, தீ என நான்கு பூதங்களின் சேர்க்கையால் ஆன உடல் கலைவுறும்போது, சாவு நிகழ்கிறது; உடல் கலைந்து மீண்டும் அந்த நான்கு பூதங்களோடு சேர்ந்து விடுகிறது.

அழிவு உடலின் தன்மை.

அழியாதது ஒன்று இருக்கவேண்டும்.

அதை எவ்வாறு அறிவது?

அவ்வாறு அழியாத ஒன்று இருந்தால்தானே பயணம் தொடர்கிறது என்று கொள்ள முடியும்?

உயிர் என ஒன்று உண்டா:

உடல் உழலுதற்கு இடமானது. பொய்யான உடலை 'மெய்' என்றது மங்கல வழக்கு. உயிர் என்பது உய்ப்பது; உய்த்தல் என்றால் செலுத்துதல், இயக்குதல் என்பது பொருள். ஆகவே தான் உயிரில்லாத உடல் இயக்கமற்றுப் போகிறது.

உயிரோடு இருப்பவனின் உடல் வெண்சுருட்டால் திடீரென்று சுடப்படுகிறது; அவன் துள்ளிக் குதிக்கிறான். அவன் இறந்த வுடன் அவன் உடலைச் சுற்றிக் கட்டைகள் போடப்பட்டு எரிக்கப்படுகிறது; அவன் குதிப்பதுமில்லை; கத்துவதுமில்லை.

ஒரே உடல்தான்; அதே உடல்தான்.

ஒரு நிலையில் உணர்கிறது; இன்னொரு நிலையில் உணர்வ தில்லை.

அப்படியானால் உணரச் செய்வது எது?

அதுதான் உயிராக இருக்கவேண்டும்!

'எனது உடல்' என்னும்போது உரிமை கொண்டாடுவது எதுவோ அதுவே உயிர் என்றனர் சைவ சித்தாந்திகள். உயிர் என

ஒன்றில்லை; உணர்வுதான் (Consciousness) என்றார் பேரறி
வாளர் புத்தர்.

உயிரிலோ உணர்விலோ செய்த வினைகளின் பாவ புண்ணியங்
கள் படிக்கின்றன என இருவருமே உடன்பட்டனர். அவற்றிற்
கேற்ப அது புதுக் கருப்பையைத் தேடிப் புதிய வாழ்வில் இன்ப
துன்பங்களை அடைகிறது என்பதிலும் உடன்பட்டனர்.

நெடும் பயணத்தில் உடன் வருவது யார்:

உடல் வீழ்ந்து படுகிறது; உயிர்ப் பயணத்தைத் தொடர்கிறது;
அப்போது உடன் வருவது யார்?

'சேர்த்துக் குவித்துள்ள செல்வமா?'

'அது வீட்டோடு தங்கிவிடும்!'

'மனைவியா?'

'வீதிவரை துணை வருவாள்!'

'மகனா?'

'சுடுகாடுவரை துணை வருவான்.'

'கடைசிவரை இடையறாத துணை யார்?'

'நல்வினை தீவினைகளே!'

> 'அந்தமும் வாழ்வும் அகத்துமட்டே
> விழிஅம்பு ஒழுக
> மெத்திய மாதரும் வீதிமட்டே
> விம்மி விம்மி இரு
> கைத்தலம் மேல் வைத்து அழும்
> மைந்தரும் சுடுகாடு மட்டே
> பற்றித் தொடரும் இருவினைப்
> புண்ணிய பாவமுமே!' (309)

பட்டினத்தாரின் இத்தகைய தெளிவுக்குப் பிறகு அவர்
வீட்டிலேயே பழைய வாழ்க்கையைத் தொடர்வது என்பது
இயலாததுதானே!

சிவனே வந்தானா:

'தீதற்ற மன்னவன் வந்தான்; அவன் என்னைச் சிந்திக்கச் செய்யக் காதற்ற ஊசியைத் தந்தான்' என்று பட்டினத்தார் சொல்கிறார்.

'தீதற்ற மன்னவன்' என்பதற்குச் சிவன் என உரை கொள்ளப் பட்டிருப்பதற்குக் காரணம், உயிர் பல்வேறு பிறப்புகளுக்குப் பிறகு உரிய பக்குவத்தைப் பெறும்போது சிவனே ஆசிரியனாக வந்து உரியவழி காட்டுகிறான் என்று சித்தாந்தம் கூறுவதுதான்!

மலர்விக்கிறான்:

கதிரவன் தோன்றியதும் எல்லாத் தாமரைகளும் விரிவதில்லை; பக்குவமான தாமரை மொட்டுக்களையே கதிரவன் மலர்விப்பான். அதுபோல இறைவன் உயிர்களின் பக்குவ நிலைகளுக்கு ஏற்றவாறு தோற்றம் கொண்டு, காட்சி அளித்து நெறிப்படுத்துகிறான்; அல்லது உடனேயோ சிறிது கழித்தோ விடுதலை அளிக்கிறான் என்கிறது சித்தாந்தம்.

பக்குவப்பட்ட உயிரினையுடைய பட்டினத்தாருக்குத் தூசி தட்டல் தேவையிருந்தது. இறைவன் தூசிதட்டி அவரை விளக்கப் படுத்தினான்.

தீக்கொளுவுதல் (IGNITING):

சைவசித்தாந்தத்தின் படியும் தன்னைப் பக்குவப்படுத்திக் கொள்ளும் முயற்சி உயிரைச் சார்ந்ததுதான்.

அதனால்தான் பட்டினத்தாருக்காகப் புறப்பட்டு வந்த திருவிடை மருதூரான் நம்மிடம் பாராமுகமாய் இருக்கிறான்! இல்லை யென்றால், நம்முடைய ஊர் அவனுக்குத் தெரியாதா?

வேதியியல் மாற்றத்திற்குத் தயாராய் இருக்கும் உள்வெப்பாலை கள் அவன் தீக்கொளுவும்போது (Igniting) பற்றிக்கொண்டு இயங்கத் தலைப்படுகின்றன.

பட்டினத்தாருக்குத்தான் என்றில்லை; இவருக்கு முந்திய மாணிக்கவாசகருக்கும் தீக்கொளுவி அந்தப் பொறியையும் இயக்கியவன் சிவனே! ஞானம் வழங்கித் தன்னை ஆண்டமையைத் 'தேன்தமிழ்' மாணிக்கவாசகரே திருக் கோத்தும்பிப் பகுதியில் பாடியுள்ளார்.

'நான் ஆர்; என் உள்ளம் ஆர்; ஞானங்கள்
ஆர்; என்னை யார் அறிவார்
வானோர் பிரான் என்னை
ஆண்டிலனேல்' (309)

துறவுப் பயன் என்ன;

'நீ நிற்க; யாம் இருக்க'

பட்டினத்தாரைப் பற்றி வழங்கும் கதைகளில் இது குறித்த கதையும் ஒன்று.

பட்டினத்தார் துறவுச் செய்தி கேட்ட அரசன் பதறிப்போய் விட்டதாகவும், இவ்வளவு கோடிப் பணத்தைச் சூறையிடுவதும் துறப்பதும் இயலக் கூடியதோ என்று வியந்ததாகவும், இதன் மூலம் அவர் அடைந்த கூடுதல் பயன் என்ன என்று அறிய நேரடியாக அவரையே பார்க்கப் போனான் என்றும், அப்படிப் பார்த்துக் கேட்டபோது பட்டினத்தார் இப்படிச் சொன்னாராம்.

'நீ நிற்க; யாம் இருக்க!'

அரசன் நின்று கேட்டதையும், பட்டினத்தார் இருந்து சொன்னதை யும் இது குறிக்கிறது. அரசனினும் முதன்மை பெற்றவன் துறவியே என்பதால் துறவு பூண்டதாக இச்சொற்றொடர் விளக்குகிறது.

இக்கதை உண்மைக் கதையாக இருக்க முடியாது.

பட்டினத்தாரைப் பெருமைப்படுத்துவதாக நினைத்து யாரோ கட்டிய இந்தக் கதை அவரைச் சிறுமைப்படுத்துகிறது. மேலும், அவருடைய பாடல்களில் இதற்குச் சான்று இல்லை.

நேற்றுவரை உலகியல் வாழ்க்கையிலே நீ முதன்மையானவனா நான் முதன்மையானவனா என்று போட்ட சண்டையைத் துறவு வாழ்விலும் தொடர்ந்தார் என்பது பட்டினத்தாரின் ஆணவம் அடங்கவில்லை என்று சுட்டுவதாகிவிடும் என்பதோடு, அளப்பரிய செல்வம் தந்த அதிகாரத்தைத் துறந்தும் உயிரைத் தளிர்க்கச் செய்யும் இன்பத்தை அளிக்கவல்ல அழகிய மனைவியைத் துறந்தும் பட்டினத்தார் வெளிப்போந்தது இந்தக் கற்பனையான முதலிடத்துக்குத்தானா என்ற கேள்வியையும் எழுப்பிவிடும்.

இந்த அரசன் நின்றதாக இப்படி ஒரு கதையைக் கட்டியவர்கள் தாம் இன்னொரு அரசன் அவரைக் கழுவில் ஏற்ற முயன்ற தாகவும் கதை சொல்லியுள்ளனர். இதிலிருந்து அரசர்கள் கைகட்டி நிற்கவும் செய்வர்; கழுவிலேற்றவும் செய்வர் என்று தெரிகிறது. இத்தகைய நிலையற்ற போக்குடைய அரசர்கள் தரும் மதிப்புக்காகவா அவர் 'அடிவரை' துறந்திருப்பார்?

உண்மை ஞானி:

இதற்கு விடையாக ஒரு உண்மை ஞானி எப்படி இருப்பான் என்பதை ஒரு பாடலில் அவரே குறிப்பிடுகிறார்: 'உண்மை ஞானி பேய் போல் திரிவான்; பிணம்போல் கிடப்பான்; இடப்பட்ட பிச்சையை அதன் பெருமை சிறுமை நோக்காது கிடைத்த இடத்திலேயே நாய் போல் தின்பான்; யாவரையும் உறவினர் என்றே கருதி அனைவரிடமும் தாழ்மையோடு நடந்து கொள்வான்.' (331) என்று சொல்கிறார்.

யார் யாரிடமோ தாழ்மையுடன் நடந்துகொள்கிறவர், அரசன் தனக்குத் தாழ்மையாக இருப்பது குறித்து மகிழ்வார் என்பது பொருத்தமுடைய கூற்றாகுமா?

இதே கேள்விக்குப் புத்தரின் விடை:

ஒரு முறை மகத நாட்டு மன்னன் அசாதசத்துரு புத்தரின் பௌர்ணமி இரவுக் கூட்டம் ஒன்றுக்குப் போனான்.

'பெருமானே ஒரு கேள்வி' என்றான்.

'சொல்லுங்கள்' என்று புன்முறுவல் பூத்தார் புத்தர்.

'ஆயிரக்கணக்கான பேர் வீடு, வாசல், மனைவி, சொத்து, சுகம் அனைத்தையும் விட்டுவிட்டுத் தலையை மழித்துக்கொண்டு, ஓடு ஒன்றைத் தூக்கிக்கொண்டு உங்கள் பின்னால் அலைகிறார் களே, இவர்கள் அடையப் போகும் பயன்தான் என்ன?' என்று கேட்கிறான்.

புத்தரைப் பற்றிக் கேட்காமல் அவரைப் பின்பற்றுவோரைப் பற்றிக் கேட்கிறான்!

புத்தர் விடையளிக்கிறார்:

'மாண்புமிகு அரசே!

துறவு பூண்டதால் அவர்களால் சாதி, இன, சமூக விலங்குகளை உடைத்துவிட முடிகிறது. ஆகவே, இந்தக் கட்டுகளிலிருந்து விடுதலை அடைந்துவிட முடிகிறது; இது முதல் நன்மை!

இவர்களுக்கு எந்த உடைமையும் இல்லை; ஆகவே, அவற்றை இழந்து விடுவோமோ என்ற அச்சத்திலிருந்தும் கள்ளர்கள் பறித்து விடுவார்களோ என்ற அச்சத்திலிருந்தும் விடுதலை அடைந்துவிட முடிகிறது. இது இரண்டாவது நன்மை!

இவர்கள் பொய்யான புகழை விரட்டிக்கொண்டு திரிவது மில்லை. ஆசை வலையுள் அகப்பட்டுக் கொள்வதுமில்லை. ஆகவே, இவற்றின் காரணமான கவலையிலிருந்தும் விடுதலை அடைந்துவிட முடிகிறது. இது மூன்றாவது நன்மை!

இவை மட்டுமில்லாது, இவர்கள் அனைத்துப் பொருள்களின் மற்றும் எண்ணற்ற உயிர்த் தொகுதிகளின் நிலையுதல் இலவாந் தன்மையை அறிந்தவர்கள்; ஆதலால், அவற்றால் விளையும் விருப்பு, வெறுப்பு, பற்று ஆகிய அனைத்துத் தளைகளிலு மிருந்தும் விடுதலை அடைந்துவிட முடிகிறது; இது நான்காவது நன்மை!'

புத்தர் அடுக்கிக்கொண்டே போகிறார்!

கூர்ந்து கவனித்துக்கொண்டிருந்த மன்னன் அசாதசத்துரு, 'உண்மைதான் பெருமானே!' என்று உடன்பட்டு மொழிந்து அவரை வழிபட்டு விடைபெற்றுச் சென்றானாம்!

துறவிகளுக்கு முன்னோடியான புத்தன்:

புத்தருக்கு இரண்டாயிரம் ஆண்டுகள் கழித்து வந்தவர் இங்கே பேசப்படும் இந்த இரண்டாவது பட்டினத்தார்.

புத்தருக்கு முன்பு இந்தியச் சமயங்களில் 'முற்றிலுமாகத்' துறத்தல் என்பது அருகியே காணப்பட்டது.

முனிவர்கள் தர்மபத்தினிகளோடு காடுகளில் தவம் மேற் கொண்டனர். அருந்ததி வசிட்டனோடும், உலோபாமுத்திரை அகத்தியனோடும், அகலியை கௌதமனோடும் சேர்ந்தே வாழ்ந்திருக்கின்றனர்.

புத்தர்தான் துறவை முழுமைப்படுத்தி இயக்கமாக்கியவர்; அவர் ஓர் ஊருக்குள் போனால், நூற்றுக்கணக்கானோர் துறவு மேற் கொள்வது அவருடைய காலத்தில் அன்றாட நிகழ்ச்சி; அவ்வளவு ஈர்ப்பாற்றல் உடையவர் அவர்.

தமிழ்நாட்டில் ஓரிருவரே!

தமிழ்நாட்டில் துறவு கூட்டங்கூட்டமாக மேற்கொள்ளப்பட வில்லை. மிக அருகியே காணப்பட்டது. திருமூலர், திருநாவுக் கரசர், ஞானசம்பந்தர், மாணிக்கவாசகர், பட்டினத்தார், சித்தர்கள், தாயுமானவர், திருவருட்பிரகாச வள்ளலார் என்று ஒவ்வொரு கால கட்டத்திலும் ஓரிருவரே துறவு மேற்கொண்டிருக்கின்றனர்; அதுவும் இடைவெளிவிட்டே காணப்படுகிறது.

5. பெண் சாடற் பின்னணி

**பெண்ணின் தோளில் இணக்கமாக
வளர்ந்தது சைவம்:**

இங்கே துறவு போற்றப்படாமைக்குக்
காரணம் மிகப் பெரிய அளவுக்கு வளர்ந்
திருந்த சமணத்தையும் பௌத்தத்தையும்
எதிர்த்துச் சைவமும் காலூன்ற வேண்டி
யிருந்தது.

பௌத்தமும் சமணமும் இசை நாட்டியம்
ஆகியவற்றைப் பொழுது கழிக்கும் வீண்
வேலைகள் என்று புறந்தள்ளி விட்டன.
அதனால், சங்கம் மருவிய காலத்தில் அறிவு
சார் மையங்களே ஓங்கி நின்றன.

முதல், இரண்டாம் தட்டு மக்களின் வாழ்க்கை
முறை கடைத்தட்டு மக்களிடமும் மேவி
நிற்கும். ஆதலின், பொதுவாக அக்கால
கட்டத்தில் இத்தகைய பொழுதுபோக்குக்
கூறுகள் அருகிப்போய் விட்டன.

இந்த நிலையில் பௌத்தம் மற்றும்
சமணத்தை அழித்துச் சைவப் பயிரைத்
தழைக்கச் செய்ய பக்தி இயக்கம் புறப்
பட்டது. வெற்றியும் கண்டது. அதன்
வெற்றிக்குப் பல உத்திகள் கையாளப்
பட்டன. அதில் ஒன்று தேவதாசிகளை
அனுமதிப்பதில் போய் முடிந்தது.

கட்டவிழ்த்து விடப்பட்டது:

'இசை வேண்டாவா? எவன் சொன்னான்?' இனிக் கோயில்களி லெல்லாம் நாதசுரம் ஊதும்; மேளதாளங்கள் கேட்கும்!

'நாட்டியம் வேண்டாவா? எவன் சொன்னான்?' இனிக் கோயில் களின் நடுமண்டபத்திலேயே நாட்டியங்கள் நடைபெறும்!

'பெண் வேண்டாவா? அவள் கடைக்காலத்தில் துணைவர மாட்டாளா? எவன் சொன்னான்?' கடைக்காலங் கிடக்கட்டும்; முதலில் இடைக்காலத்தைப் பார்ப்போம்! நீங்கள் விரும்பிய படியெல்லாம் வாழலாம்; ஆனானப்பட்ட சிவனே பெண்ணோடு வாழும்போது உங்களுக்கென்ன வந்தது?

'பெண்ணின் நல்லாளொடும் பெருந்தகை இருந்ததே' என்று சம்பந்தரே பாடிவிட்டாரே; ஏழாயிரம் சமணர்களைக் கழுவி யேற்றிச் 'சைவத் தொண்டு' செய்த அவருக்குத் தெரியாததா?

திருமணம் தோன்றியது;

தேவதாசியும் தோன்றினாள்:

பரத்தமை காலங்காலமாகத் தமிழ்நாட்டில் இருந்து வந்திருக் கிறது. சங்க காலத்தில் அது செழித்தோங்கி வளர்ந்திருந்தது.

திருமணம் என்று தோன்றியதோ, அன்றே அதன் இன்னொரு பக்கமான பரத்தைமை தோன்றிவிட்டது.

திருமணம் இருக்கும்வரை பரத்தைமை ஒழியாது என்று சொன்னால் அது குறித்து அச்சம் கொள்ளாது அதன் உட் கருத்தைப் பார்க்கவேண்டும்.

திருமணம் மோசமானது என்பது அதன் கருத்தில்லை.

எது கெட்டது; எது நல்லது என்பதற்கு எது அளவுகோல்?

காலங்கள் தோறும் தருமங்கள் மாறுகின்றன.

ஒரு சமூகமாக வாழுந்தேவை மாந்தனுக்குத் தொடர்ந்து இருக்கும் வரை கொல்லாமை, பொய்யாமை ஆகிய நிலையான தருமங்கள் ஏற்கப்பட்டே ஆகவேண்டும். தொடர்புடைய பிற தருமங்கள் இவற்றுக்குள் அடக்கம்! திருமணம் போன்ற ஏனைய ஒழுகலாறுகள் காலக்கோட் பட்டவையே!

அதனால்தான் ஒரு தமிழ்மகள் தவமாய்த் தவமிருந்து பெற்ற மகன் வள்ளுவன் தன் நூலை மேலும் மேலும் குறுக்கி, இறுதியில் இரண்டடியில் பேசி முடிக்கிறான்.

'ஒன்றாக நல்லது கொல்லாமை; மற்று அதன்
பின்சாரப் பொய்யாமை நன்று' (323)

திருமணம் என்பது கட்டிறுக்கம்; தேவதாசி என்பவள் கட்டுமீறல்.

எங்கே கட்டிறுக்கம் நிகழ்கிறதோ,

அங்கே கட்டுமீறல் நிகழ்ந்தே தீரும்!

ஆகவேதான் பரத்தைமை திருமணத்தோடு உடனென்னப் படுகிறது.

களப்பிரர் மற்றும் பல்லவர் முன் ஆட்சிக் காலங்களில் பௌத்தமும் சமணமும் மக்களை வறட்டு நிலையில் வைத்திருந்ததற்கு நேரெதிரான நிலைகளைப் பக்தி இயக்கம் மேற்கொண்டது.

இசை, நாடகம், நாட்டியம் ஆகியவற்றின் மதகுகளைத் திறந்து விட்டது. சில நூற்றாண்டுகளாக அடைபட்டுக் கிடந்த நிலை யிலிருந்து இவை பீறிட்டுப் புறப்பட்டன.

தேவதாசி நிறுவனமானாள்:

பரத்தைமை 'பழைய தொழிலே' எனினும் பரத்தை பக்தி இயக்கம் ஈன்றெடுத்த மகவான சோழப்பேரரசின் காலத்தில்தான் ஏறத்தாழ கோயிலோடு இணைக்கப்பட்டு நிறுவனப்படுத்தப்படுகிறாள்.

நாட்டியக்காரியாக நியமனம் பெற்றவள் இறைவனுக்குரியவ ளாகிக் கோயில் நிலத்தை மானியமாகப் பெற்று 'பதியிலியாகி' ஊருக்கே 'பொதுக்குளம்' ஆனாள்.

தேவதாசியோடு பௌத்தத்தைப் போல் முரண்டு பிடிக்காமல், 'கூத்தன் ஒரு பக்கம் ஆடட்டும்; நீ ஒரு பக்கமாக ஆடு' என்று சைவம் அவளை அரவணைத்துக்கொண்டு விட்டது.

பெண்ணுக்கும் இன்ன பிறவற்றிற்கும் இடம் கொடுத்து ஆள் சேர்த்தது சைவம் என்பர் சிலர்.

இது தவிர்க்க இயலாதது.

பெளத்தமும் சமணமும் 'தரையைப் பார்த்து நட' என்று சொன்னது கட்டிறுக்கமான நிலை. எந்த ஒன்றும் அளவுக்கதிக மாகும்போது ஒரு மீறலை எதிர்நோக்கி நிற்கத் தலைப்படுகிறது. அந்த மீறலுக்கு யார் வடிகால் அமைத்துத் தருகிறார்களோ அவர்கள் வெற்றி பெறுகிறார்கள். பக்தி இயக்கம் இந்த வடிகாலை அமைத்துத் தந்து சைவத்தை வெற்றிபெறச் செய்தது.

மங்கை-மது-மச்சம்:

சோழப் பேரரசுக் காலத்தில் பக்தி இயக்கம் தோற்றுவித்திருந்த நிலை காரணமாகப் பெண் பெரிதும் போற்றப்பட்டாள். அவள் சக்தியாக்கப்பட்டாள்.

பெண்ணைப் பற்றிப் பேசவே கூடாது என்ற நிலையிலிருந்து அவளைப் போற்றலாம் என்ற நிலையைச் சைவம் தோற்றுவித்த வுடன், அவளை நிருவாணமாக்கி வழிபடலாம் என்ற நிலைக்கு ஒன்றிரண்டு கூட்டங்கள் சென்றுவிட்டன. 'புகழாகப் பூசை செய்வார் பெண்ணை வைத்தும்' என்றார் சித்தர் சட்டைமுனி.

இந்தக் கூட்டத்தினர் மங்கையுடன் மது, மச்சம் (ம.ம.ம. இயக்கம்) ஆகியவற்றையும் உடன் கொண்டனர். புணர்ச்சியின் உச்சநிலை இறைவனோடு கூடும் நிலை எனப் பேசப்படலாயிற்று.

கட்டிறுக்கம் தளர்ச்சியில் முடிந்ததுபோல், சோழர்கள் காலத்து அளவுக்கு அதிகமான தளர்ச்சி மீண்டும் இறுக்கத்திற்கு அழைப்பு விடுத்தது.

பெளத்தமும் சமணமும் பெண்ணை வெறுத்தன என்று சொல்வது பிழை; பாதை மறந்து விடுமாதலால் பெண்ணிடம் தோய்வதை வெறுத்தன அவை.

பெண்ணிடம் தோய்வது ஒன்றும் பிழையில்லை என்றது சைவம்; அதற்குப் பிறகு அதைத் தவிர வேறு வேலை இல்லை என்றாகி விட்டனர் தமிழர்!

மீண்டும் பெண்ணிடமிருந்து இன்பத்தமிழனை மீட்கும் வரலாற்றுப் பணி தொடங்க இருக்கிற காலம்தான் இரண்டாம் பட்டினத்தார் மற்றும் சித்தர்கள் காலம்.

இந்தப் பின்னணியில் இரண்டாம் பட்டினத்தாரைப் பார்க்க வேண்டும்!

அவன் ஏன் பெண்ணைப் 'பாதாதிகேசம்' திறனாய்வு செய்ய நேரிட்டது என்பது விளங்கும்!

சுவர் மணிகாட்டியில் ஊசலை இடது முனையின் எல்லை வரை இழுத்துவிட்டால் அது வலது முனையின் எல்லையைப் போய்த் தொடும் என்பது விதி.

சைவம் பெண் தோய்வை உடன்பட்ட நிலை எல்லை மீறிப் போய்விடும்போது, முதலில் இந்த இன்பத் தமிழனை அவளிட மிருந்து மீட்டால்தானே அவனுக்கு மற்ற தத்துவப் போதனைகள் ஏறும்!

அதனால் பெண்ணைத் தலைகீழாகப் புரட்டி எடுக்கிறார் பட்டினத்தார்.

பாதாதிகேசம் சாடுகிறார்: சாடலா அது? சவுக்கடி!

பட்டினத்தார் எழுதிய கச்சித்திருவகவல் எழுபது வரிகள் உடையது. பெண் முன்பெல்லாம் உச்சந்தலையிலிருந்து உள்ளங் கால் வரை நலம் புனைந்துரைக்கப்பட்டது போலவே பட்டினத்தார் பெண்ணைப் பாதாதிகேசம் சாடுகிறார்.

> 'மாதரை மகிழ்ந்து காதல் கொண்டாடும்
> மானிடர்க்கெல்லாம் யான் எடுத்துரைப்பேன்
> விழிவெளிமாக்கள் தெளிவுறக் கேண்மின்!' (214:5-7)

இந்தப் பாடல் பெண்ணைப் பற்றியது போல் தோன்றினும், இது பெண்ணைப் பெண்ணுக்கு உணர்த்துவதற்காக எழுதப்பட்ட பாடல் இல்லை. சும்மா இருக்கும் பெண்ணை இழுத்துவைத்து அவளுடைய ஒவ்வொரு உறுப்பும் இன்னின்ன தன்மையது என்று நலம் புனைந்துரைக்கும் ஆணுக்குச் சொல்லியது.

அவன் அகத்தில் விழி பெறாமல் புறத்தில் மட்டுமே பெற்றவன் என்னும் பொருளில் 'விழிவெளி மாக்கள்' என்று சாடிவிட்டு 'தெளிவாகக் கேட்டறிந்து உருப்படுகிற வழியைப் பார்' என்று அவனுடைய புனைந்துரைகளுக்குப் பதிலுரைக்கத் தொடங்கு கிறார்:

'அவள் வயிறு ஆலிலை போன்றது!'

'அதற்குள் மலமும் சலமும் உறைவது தெரியாதா?'

'அவளுடைய மார்பு செந்தாமரை மொட்டுப் போன்றது!'

'அதனுடைய இன்னொரு நிலை தொய்ந்து வற்றும் தன்மையது
என்பதை அறிய மாட்டாயா?'

'அவளுடைய கண் கழுநீரனையது!'

'பீளை வடிகிறதே, அதைத்தானே சொல்கிறாய்?'

'சரி அவையெல்லாம் போகட்டும்;

இடுப்புக்குக் கீழே இருக்கும் இன்பச் சுரங்கம் பற்றி...!'

'தெரியும், தெரியும்!

நீங்களெல்லாம் எதைப் போற்றி

வழிபடுகிறீர்கள் என்று தெரியும்!

அது காமப்பாழி;

கரு விளைகின்ற வயல்;

தூமை வெளிப்படும் வாயில்;

பிள்ளை வெளிப்படும் பெருவழி;

காமங் கழிக்கும் மறைவிடம்.'

'மலஞ் சொரிந்து இழியும் வாயிற்கு அருகே
சலம் சொரிந்து இழியும் தண்ணீர் வாயில்' (214:61-62)

இடிந்து போய் நிற்கின்ற மாந்தனைத் தட்டிக்கொடுத்து
மீட்டெழுப்பிச் சொல்கிறார்:

'இதைப் போய் இனிது என்று
சொல்லித் திரிய வேண்டா;
போகமாதரைப் போற்றுதலை விடுத்து
ஏகநாதனின் இணையடி இறைஞ்சு'

என்று அவனுக்கு விடை கொடுத்தனுப்புகிறார்.

ஒவ்வொரு வரியும் ஒரு சவுக்கடி; ஆனால் அந்தச் சவுக்கடிகள் பெண்ணுக்குக் கொடுக்கப்பட்டவை அல்ல; அவளுடைய ஒவ்வொரு உறுப்புக்கும் உவமை கண்டு மயங்கிய ஆணுக்குக் கொடுக்கப்பட்டவை.

பெண்ணை நலம்புனைந்துரைத்தலில் பெண்ணின் பங்கு எதுவு மில்லை; 'என்னுடைய முலை செந்தாமரை மொட்டுப் போன்றது' என்று அவள் சொல்லவுமில்லை; கருதவுமில்லை.

ஆகவே பட்டினத்தார் அது 'தொங்கி வற்றும் தன்மையுடையது' என்று சொல்வதற்கு வருந்தவேண்டியதுமில்லை. இது ஒரு ஆணுக்கு ஆண் சொல்லியது.

இரண்டுமே ஆண்களின் உமிழ்வுகள்தாமே; கருத்துருக்கள் தாமே (projections) இவற்றுள் பெண் நுழைவதற்கு என்ன இருக்கிறது?

பெண்ணிற்கு எதிரானவரா பட்டினத்தார்:

ஆயினும் பெண் மார்பையன்றோ பட்டினத்தார் இழிவு செய்கிறார் என்பது பெண்ணின் வாதமாயின் 'தொய்ந்து துவண்டு போகும்' என்பது எப்படி அவதூறாகும்; அது உண்மைதானே! உண்மைக்கு அவதூறு என்று பெயரில்லையே!

பெண்ணின் பல் முத்தனையது என்று பாராட்டும் இளைஞனே நல்லவன் என்று பெண் நினைப்பாளானால் அவள் வாய் பொக்கை நிலையை அடைந்தவுடன் முத்தாட மறுத்து ஓடி ஒளிகின்ற அதே இளைஞனைப் பற்றி அவள் அப்போது எவ்வாறு எண்ணுவாள்?

என்றென்றும் நல்லவர் யார் என்று சிந்திக்கவேண்டாவா?

இவன் பின்னால் எப்படி நடந்துகொள்வான் என்பதை முன்னாலேயே உணர்ந்து இதுதான் உடலின் தன்மை என்று முன்கூட்டியே சொல்லி அவளை மொத்தமாக விலக்கி வைத்தால், அது எப்படிப் பெண்ணைப் பற்றிய அவதூறாகும்!

பின்னொரு நாள் அவள் ஏமாற்றப்படுவதிலிருந்து காத்தருளிய பெருமகன் அல்லரோ பட்டினத்தார்.

மணிவாசகர் பதிப்பகத்தின் 'பட்டினத்தார் ஓர் அறிமுகம்' என்ற நூலில் 'பட்டினத்தார் பாட்டுணர்வு' பற்றிக் கட்டுரை எழுதியுள்ள தமிழண்ணலே 'அவர் பெண்ணினத்தின் பகைவராக எவ்வாறு இருக்க இயலும்? தாயார் இறந்தபோது உருகிப்பாடிய அவரது பாடல்களும், தாயினைப் போற்றி புறந்தருதல் பற்றிய நீதியைச் சுட்டுமிடங்களும் மேலும் வலிய சான்றுகளாம்' (ப.76) என்று கூறுகிறார்.

தாய் பெற்றவள் என்பதாலும் முதிர்ந்தவள் என்பதாலும் மகனின் காம வட்டத்திற்கு வெளியே நிற்கிறாள். ஏகநாதனின் இணையடியைச் சிந்திப்பதற்குத் தாய் குறுக்கே வருவதில்லை. ஆனால் குரும்பை முலையும் அரும்பு விழியும் உடையவள் குறுக்கே வருகிறாளே!

ஆகவே தாயைப் போற்றுகின்ற பட்டினத்தார் பெண்ணின் உடலையும் போற்றுவார் என்னும் வாதம் நிலைநிற்க முடியாமல் தள்ளாடுகிறது!

பெண்ணியக்கம் என்பது 'மேற்கு' பெற்றுப்போட்ட 'ஈரல் வீங்கிய' குழந்தை!

தமிழன் அன்பினைந்திணை பற்றிப் பேசுகிறான். ஐரோப்பியன் உரிமை மட்டும் பேசுகிறான்!

ஒரு குடும்பமாவது வாழ முடியுமா?

எல்லாம் மணமுறிவில் போய் முடியும்!

இங்கே உள்ள பெண் எழுத்தாளர்களும் சில பெண் மேடைப் பேச்சாளர்களும் மேற்கே இரவல் வாங்கி 'ஆணாதிக்கக்காரர்கள்' என்று போடும் கூப்பாட்டுக்கு மறுமொழியிறுக்கப்போய் தமிழண்ணல் தடுமாறியிருக்கிறார்.

மேற்கின் சிந்தனைச் செல்வாக்குக் காரணமாகத் தமிழ்நாட்டின் பல்கலை வட்டங்களில் ஏற்பட்டிருக்கும் கருத்துப் போக்குகளுக்கு ஏற்ப ஒருபுறமும், பட்டினத்தாரின் தெள்ளிய அறிவோட்டத்திற்கு ஏற்ப இன்னொரு புறமும் தமிழண்ணல் தள்ளாடுகிறார்.

ஆகவே புதிய சிந்தனைச் சொல்வாக்குக்குத்தகப் பட்டினத்தாரை வளைக்க முற்பட்டிருக்கிறார். அவர் எழுதுகிறார்.

'எனவே அவர் வாழ்க்கையை அருவருப்போடு நோக்க வழிவகுத்தவர் எனல் தவறான மதிப்பீடாகும். இந்த உடம்பின் நிலையின்மையையும் வாழ்வின் சுழற்சியையும் உணர்ந்தால் நல்வழி வாழத் தூண்டுகோலாகும்!

பாலின்ப வேட்கை, இணைவிழைச்சு அத்துமீறும் ஞான்று வாழ்க்கை அழிகிறது. நாம் போற்றுகிற உடலானது உண்மையில் எத்தகையது என்ற உணர்வு ஒரு துளி இருக்குமானால், அத்துய்ப்பில் செம்மை பிறக்கும். 'இந்த இப்பிறவிக்கு மற்றொரு மாதைச் சிந்தையாலும் தொடாத' மனச்செறிவுகள் வாய்க்கும். இந்த வகையில்தான் பட்டினத்தார் பாடல்கள் மக்கட்கு அறிமுகப்படுத்தப்படவேண்டும்.'

தமிழண்ணல் சொல்ல வருவது இதுதான்.

'துய்ப்பில் செம்மை பிறக்கவும் இருமாதரைச் சிந்தையாலும் தொடாத மனம் வாய்க்கப் பெறவும் ஒருவனுக்குப் பாலின்ப வேட்கையில் அத்துமீறிய நிலை கூடாது; அதற்கு உடலின் நிலையாமை பற்றிய சிந்தனைவேண்டும். இந்தச் சிந்தனையைத் தான் பட்டினத்தார் வழங்குகிறார்; இது அருவருக்கத்தக்க பார்வை இல்லை; இப்படித்தான் பட்டினத்தார் அறிமுகப் படுத்தப்படவேண்டும்!'

'துய்ப்பில் செம்மைவேண்டும்' என்பது தமிழண்ணல் நிலை.

'துய்ப்பே கூடாது' என்பது பட்டினத்தார் நிலை.

'போகமாதரைப் போற்றுதல் ஒழிந்தே' (214:70) என்றுதான் பட்டினத்தார் பாடுகிறார்.

போகத்தின் அல்லது துய்ப்பின் அளவு குறித்து அவர் எங்கும் பேசவே இல்லை. ஆகவே அத்துமீறலை ஒழித்துவிட்டால் பட்டினத்தார் ஒப்புக்கொள்வார் என்ற தமிழண்ணலின் எதிர் பார்ப்புக்கு இடமே இல்லை!

ஆகவே இருமாதர்தான் சிக்கல்; ஒரு மாது என்றால் குற்றமில்லை என்பது பட்டினத்தார் கருத்தில்லை; தமிழண்ணலின் கருத்து.

ஒரு மாதையும் உதறுவதற்குப் பாடியவர் அவர்.

அவ்வாறு ஒரே மாதான சிவகலையை உதறிவிட்டு வந்தவர்.

பட்டினத்தார் முற்றிய அறிவுடையோருக்குப் பேசியவர்; அவர் குமுதத்தில் உரைப்பா எழுதும் வைரமுத்து இல்லை; அவரை மக்கள் கவிஞராக்கும் தமிழண்ணலின் முயற்சியில் நல்ல எண்ணம் வெளிப்படினும் அஃது இயலாதது!

6. உடற் சாடற் பின்னணி

உன்னைச் சுமந்தேனே:

பெண் உடலைத்தான் பட்டினத்தார் பழித்தார் என்றில்லை; தன் உடலையே பழித்துக் கொள்கிறார்.

உடலை முன்னிறுத்திப் பேசுகிறார்:

'ஊண் திறளே; பருந்தின் விருந்தே;

புழுவந்து குடியிருக்கும் கூடே;

அகக்கருவியாகிய மனமுதலியனவும் புறக் கருவியான

கண் முதலியனவும் தளர்ந்து உயிர்ப் படங்கிப்

பிணமாகிவிட்டால் தாயும் தொட விரும்பா வாலாமையே;

உன்னை இதுகாறும் சுமந்தேனே;

எனக்கு என்ன பயன்?'

எல்லாப் பற்றையும் விடப் பெரும் பற்று தன்னுடைய உடலின்மீது தான் கொள்ளும் பற்றே.

ஏனெனில் இந்த உடல்தான் எல்லா வற்றிற்கும் கருவி. இதன் வாயிலாகவே

மாந்தன் பெண் உள்ளிட்ட இன்பங்களையும் நுகர்கிறான்; இதைக் கருவியாகக்கொண்டே பொருளீட்டுதல் உட்பட எல்லாத் தொழிலையும் இயற்றுகிறான்.

இதைச் சுமந்து திரிகிற வாய்ப்பை நீட்டித்துத் தருமாறே அவன் ஒவ்வொரு தொழுகையிலும் வேண்டுகிறான்.

ஏனெனில் இந்த உடல் வீழ்ந்துபட்டால்,

மனைவி தழுவ மாட்டாள்.

வங்கிக் கணக்கிலிருந்து பணம் எடுக்க முடியாது.

பெற்ற தாய்கூட இதைத் தொட விரும்பமாட்டாள்.

ஆகவேதான் சாவு அச்சம் தருகிறது.

இருப்புக் கூடக்கூட அமெரிக்காவுக்குப் போயாவது மருத்துவம் செய்து இதைக் காக்கும் தவிப்பு மிகுகிறது.

இவ்வளவு பணத்தையும் சேகரிக்க எவ்வளவு காலம் ஆயிற்று; எத்தனை பேரை அழுத்தி மேலே வர வேண்டியிருந்தது!

இந்தச் சனியன் பிடித்த உடல் ஒத்துழைக்க மறுக்கிறதே!

மருத்துவரிடம் கெஞ்சுகிறான்: 'என்னை எப்படியாவது காப்பாற்றுங்கள்!'

இவன் 'என்னை' என்று சொல்வது தன் உடலை!

இவனும் உடலும் வேறுவேறல்லர்!

ஆனால் பட்டினத்தார் நிலை வேறு.

உடல் இந்தக் குறுகிய காலத்திற்கே உரியது; வாழ்வோ நீண்டது.

இந்த உடல் உயிர் குடியிருக்க இறைவனால் அளிக்கப்பட்ட கூடு.

ஆணவ மலத்தில், காரிருளில், அநாதி காலந்தொட்டுக் கடைதேற வழி அறியாத இந்த உயிர்களுக்காகக் கடைத்தேற வழிகிட்டும் வகையில் ஒரு கூட்டை வழங்கினான் அருளாளன் இறைவன்.

கூட்டை அடைந்த உயிர்களுக்குச் செயல்பாடுகள் வந்தன. கடைத்தேற்ற உணர்வு வரப்பெறாமல் புதிய வினைகளை ஈட்டின; வினைகள் பெருகப் பெருக பிறப்புகளும் பெருகின.

உயிர்களுக்குத் தங்களின் நிலைத்த தன்மையை அறிய இயல வில்லை. உடல்களே தாங்கள் என்று கருதின. ஆகவே உடல்கள் வீழ்ந்துபடும்போது கவலையுற்றன.

சிவன் அருளாளன்; அவன் வாழுமிடம் சுடுகாடு; அழித்தல் அவன் தொழில்.

கணக்குத் தப்பாகிவிடும்போது அழித்துவிட்டு மறுபடி செய்வது போல, ஒரு பிறப்பை வீணாக்கி விடும்போது, இறைவன் அவனை அழித்துவிட்டு இன்னொரு வாய்ப்பு வழங்குகிறான். அவன் அருளாளன் அல்லனோ! நைந்துபோன சட்டைக்குப் பதிலாக புதிய சட்டை அளிக்கப்படுகிறது.

இந்த அருட்செயலை மாந்தன் புரிந்துகொள்வதில்லை. நைந்த சட்டையையே தைத்துத் தரச் சொல்லி வேண்டுகிறான்.

புதிய சட்டை கிடைக்குமோ கிடைக்காதோ, இருக்கிற சட்டையை வைத்து இன்னும் கொஞ்ச காலம் பிறவசதிகளை நுகர்வோம் என்றே கருதுகிறான்.

ஆனால் பட்டினத்தார் போன்ற பேரறிவாளர்கள் உடம்பைக் காரணமறிந்து சுமப்பவர்கள். உடம்பு ஒரு கருவி மாத்திரமே என்று அறிந்தவர்கள்.

அதனால்தான் அது ஆட்டம் போடத் தொடங்கும் போது, 'பேசாமலிரு; உன்னை எனக்குத் தெரியும்; சதைத்திரளே, பருந்தின் விருந்தே' என்று அடக்கி விடுகின்றனர்.

உயிர் வீட்டின்பம் அடைவதற்கு உடல் துணையாகவேண்டும்; அது உயிருக்கு வாகனமே தவிர தனிச் சுதந்திரமுடையது இல்லை.

உயிர்தான் உடலை நடமாடச் செய்கிறது. ஆகவே உயிர்தான் உடலைச் சுமக்கிறது.

இப்போது பட்டினத்தார் உடலைக் கேட்கிறார்:

'உன்னை இவ்வளவு காலம் சுமந்து திரிந்தேனே!

அதற்குரிய பலனை நான் பெறுவேனா?

பெறாது போனால் உன்னைச் சுமந்து திரிந்ததுதான்

கண்டபலன் என்றாகிவிடுமே' என்று திட்டுகிறார்.

இன்னொரு வகையாகச் சொன்னால் உடலுக்கு அதன் மரியாதையைச் சுட்டுகிறார்.

'விடக்கே; பருந்தின் விருந்தே;
கமண்டல வீணன் இட்ட
முடக்கே; புழுவந்து உறைவிடமே;
நலம் முற்றும் இலாச்
சடக்கே; கருவி தளர்ந்துவிட்டால்
பெற்ற தாயும் தொடாத்
தொடக்கே; உனைச் சுமந்தேன் நின்னில்
ஏது சுகம் எனக்கே' (332)

என்பது பட்டினத்தார் பாடல்.

'நகரம் சூறையானதே'

பொதுவாக இளைஞர்கள் தாங்கள் சாவிலிருந்து வெகு தொலை வில் இருப்பவர்கள் என்று தங்களைக் கருதிக்கொள்வார்கள்.

பல்லுப்போன பாட்டன் இன்னும் இருக்கிறான்; நடுவயதை எட்டிவிட்ட தாய், தந்தை இருக்கின்றனர். நமக்கென்ன வந்தது? நாம் மூன்றாவது வரிசையிலன்றோ இருக்கிறோம்.

அரசின் பங்கீட்டுக் கடைகளில்கூட முதலில் வந்தவருக்குத் தானே முதலில் மண்ணெண்ணெய் ஊற்றுகின்றனர்.

கூற்றுவன் வரிசை முறை அறியாதவனா?

கடிவாளமற்ற எண்ணக் குதிரை:

இளைஞனின் எண்ணக் குதிரை எங்கெங்கோ ஓடுகிறது.

'இது ஈட்டுகிற வயது; முதற்குறிக்கோள் ஒரு billionare ஆக வேண்டும்; பின்வயதில் தருமம் செய்வதைப் பார்த்துக் கொள்ள லாம்; காவிரிப் பூம்பட்டினப் பட்டினத்தார் விழாவுக்கும் வயதான

காலத்தில் போய்க்கொள்ளலாம். இப்போது பம்பாயில் நடக்கப் போகும் மைக்கேல் *சாக்சன்* Music Festivalக்குப் போகலாம். அதைப் பற்றித்தானே நாடே பேசுகிறது. போய்விட்டு வந்தால் அதைப் பற்றியே ஒரு ஆறு மாதத்திற்கு நாமே பேசலாம்!

இப்போது ஒற்றைக் காதில் மட்டும் ஒரு வளையம் போட்டுக் கொள்ளலாம்; Indian tennis player லியாண்டர் அப்படித்தானே போட்டிருக்கிறான்; பெண்களெல்லாம் முடியைக் குறுக (Crop) வெட்டிக் கொள்கிறார்கள்; ஆகவே நாம் நீளமாக வளர்த்து நுனியில் முடிந்துகொள்ளலாம். அதிரடியாக ஏதாவது செய்தால் தானே திரும்பிப் பார்க்கிறேன் என்கிறார்கள். 100cc yamaha Motor cycle-இல் முழுக்கால் சட்டை அணிந்த வினிதாவை நட்டநடுவில் வைத்துக்கொண்டு நண்பனை ஓட்டச் சொல்லி, நாம் pillion-இல் அமர்ந்துகொண்டு Week endக்கு மாமல்லபுரம் போகலாம்! அங்கே பீர் அருந்தலாம்; பீர் மதுவகையைச் சேர்ந்ததென்று யார் சொன்னது?... it is only a soft drink என்று வினிதாவே சொல்லி விட்டாளே... அவள் சொன்னால் போதாதா...? very nice girl...'

புத்தம் புதுத் தலைமுறையினரின் சிந்தனைப் பாங்கு இதுதான்! அவர்கள் கருதுகிறார்கள்; இது வாலிப வயதன்றோ? அந்தந்த வயதுக்குரியதைத்தானே அந்தந்த வயதில் செய்யவேண்டும்; மற்றவற்றிற்கு என்ன அவசரம்?

பட்டினத்தார் கருதுகிறார்; விதி வேறாகவும் நினைக்கக் கூடும்; அவசரமில்லை என்று சொல்கிறானே; வாழ்க்கை சடக்கென்று மறிவாகுமே! அப்போது கூக்குரலிட்டு என்ன பயன்?

மேற்கத்திய தருக்கம் (Western logic) படித்த இளைஞன் வினவத் தொடங்குகிறான்; பட்டினத்தார் பதிலிறுக்கிறார்!

'இங்கே குடியிருக்க வந்த நான் தளர்ந்தவன் அல்லனே!'

'ஆமாம்.'

'நான் முறுக்கேறிய காளைப் பருவத்தினன்தானே?'

'ஆமாம்.'

'ஒருவேளை இந்த உடலை எனக்கு வனைந்து கொடுத்த கடவுளாகிய கயவன் திறமையற்றவனா? குடில் ஒழுகுகிறதா?'

'குயவனும் திறன் படைத்தவனே; குடியும் வலுவானதே!'

'ஒருவேளை எமன் நடுநிலை அற்றவனா? நியாயம் தெரியாத வனா?'

'அவனும் நியாயம் தெரிந்தவனே!'

'அப்புறம் எப்படி நகரச் சிறுகுடில் சூறையாடப்பட முடியும்?'

'ஊழ்வினை மகனே ஊழ்வினை!'

> 'வடிவந்தானும் வாலிபம்; மகளும் தாயும் மாமியும்
> படிகொண்டாரும் ஊரிலே; பழிகொண்டாடல் நீதியோ?
> குடிவந்தானும் ஏழையோ; குயவன்தானும் கூழையோ?
> நடுநின்றானும் வீணனோ; நகரம் சூறை யானதே!'

பட்டினத்தாரின் சிந்தனை ஆழ்ந்து ஓடுகின்ற பாடல்களில் இஃதொன்று. இப்பாடலில் மகள் என்றது உயிரோடு ஒட்டியே இருக்கும் ஆணவமலத்தை; தாய் என்றது மாயையை; அது உயிர்க்கு உடலையும், பொறிகளையும், நுகர்வதற்குரிய பொருள் களைக்கொண்ட உலகத்தையும் தருகிறது. மாமி என்றது செய்த வினையை; அதுவே நுகர்ச்சிப் பயனைத் தருகிறது.

இறைவன் குறுக்கிட மாட்டான்:

இந்த உடலை என்றைக்குச் சூறையாடுவது என்று முடிவு செய் கின்ற அதிகாரி எமனில்லை!

கடவுளுமில்லை!

ஊழ்வினை!

மாமியாளை ஒழித்தால் மகள் ஒழிவாள்;

தாய் தானே விலகுவாள்:

செய்தவினை அதன் பயனை ஊட்டாமல் கழியாது; இது உயிர் களுக்கெல்லாம் பொதுவிதி. இதில் இறைவன் குறுக்கிட மாட்டான்.

இதை மிக அழகாக ஒரு கதைபோல் சொல்கிறார் பட்டினத்தார்!

முதலில் மாமியாளிடம் விழிப்போடு இருக்கவேண்டும்; மாமியாள் என்பது வினையாகிய மலம்! அவளே முன்செய்த வினைகளுக்கேற்ற நுகர்ச்சிப் பயனுக்குக் காரணமானவள். இந்த இளைஞனின் அகால மரணத்திற்கு அவள்தான் காரணம்.

ஆணவ மலமான மகளுக்கு நம்மிடம் மாளாக் காதல்; அநாதி காலந்தொட்டு நம்முடைய கழுத்தைக் கட்டிப் பிடித்துக் கொண்டு விடமாட்டேன் என்கிறாள். அவளை ஒழித்தால் நமக்கு முழுவிடுதலை கிட்டும்! ஆனால் இந்த மாமியாள் நல்லவ ளில்லை; ஆதலால் மகளின் பிடி மேலும் மேலும் நம் மீது இறுகு மாறு செய்கிறாள்; நாம் தப்பித்து ஓடிவிடாதவாறு பார்த்துக் கொள்பவள் அவளே!

ஆகவே மாமியாளை முதலில் ஒழிக்கவேண்டும்!

மாமியாளை ஒழித்தால் கடைசியில் மகளை ஒழிக்கலாம்.

இருவரும் ஒழிந்தால் தாயாகிய மாயைக்கு நமக்கு வேண்டிய உடலையும் பிற இந்திரியங்களையும் அவை செயல்படுவதற்கு ஓர் உலகத்தையும் வழங்கவேண்டிய தேவை எழாது.

அந்த நிலையில் முழுவிடுதலை அடைகிறோம்; பிறப்பு அற்றுப் போகிறது.

தத்துவக் குடை பிடித்து...

சைவசித்தாந்தம் பேசும் மும்மலங்களை மகள், தாய், மாமியாள் என்ற மூன்று குணச்சித்திரங்களாகப் படைத்துக் (Characters) கதைப்படுத்திச் சுவைபட விளக்குகிறார் பட்டினத்தார்.

ஒரு வாலிபன் அகால மரணமடைந்து விட்டான்; செய்தி அவ்வளவுதான்! இந்த எளிய செய்தி பட்டினத்தாரின் கைவண்ணத்தால் தத்துவக் குடை பிடித்துக் கவிதை அம்பாரியில் அமர்ந்து வரும் அழகைப் பாருங்கள்!

இல்லை என்பான் யாரடா

தில்லையில் வந்து பாரடா:

இறைவன் உண்டு; உண்டு; உண்டு என்று அடித்துச் சொல்லிவிட்டு அவனுடைய முகவரிகூடக் கொடுக்கிறார் பட்டினத்தார்.

அவன் ஒவ்வொரு உயிரையும் தான்தான் செய்த வினைக்கேற்ற வாறு படைப்பிக்கிறான். அவ்வவ்வுயிர் செய்த வினையின் பயனை அவ்வவ்வுயிரே நுகருமாறு ஊட்டுகின்றான்.

பொது மருத்துவமனைகளில் செவிலிகள் தவறால் பிள்ளைகள் தொட்டில் மாறிப் பெறாத தாயிடம் போய் வளர்வது போல, இறைவனுடைய ஏற்பாட்டில் ஒருவர் செய்த வினையின் பலன், நல்லதாயினும் கெட்டதாயினும் இடம் மாறிப் போய் இன்னொருவரை இன்புறுத்துவதோ துன்புறுத்துவதோ இல்லை.

மேலும் உய்வடைவதற்குக் கொடுத்த வாய்ப்பை வீணடித்துவிட்டு நிற்கின்ற உயிர்களை இளைப்பாற்றுவதற்காக அவ்வுயிர்கள் குடி புகுந்த உடல்களை மாய்த்து அவ்வுயிர்களை ஊக்குவிக்கிறான். அஃதோடன்றி உயிர்கட்கு உடம்பு போன்றவற்றை மீண்டும் படைத்துக் கொடுப்பதற்காக நிலம், தீ, நீர், காற்று ஆகிய நான்கு பூதங்களையும் ஒன்றோடொன்று மூட்டுவிக்கிறான்.

இன்னும் சொன்னால் பூதங்களை மூட்டுவித்ததன் விளைவாக உருவான ஆண் பெண்களை இன்னின்னவனுக்கு இன்னின்னவன் என்று வகுத்துச் சேர்க்கையில் ஈடுபடுமாறு தழுவுவிக்கிறான்.

இவ்வுயிர்கள் வாழ்வை மேற்கொள்ள அவர்களின் பழவினைக்கு ஏற்பத் தொழிலைக் காட்டுவிக்கிறான்.

இறுதியாக அவ்வுயிர்களை அவை செய்த நல்வினை தீவினை என்னும் பாசக் கயிற்றினால் கட்டி ஆட்டுவிக்கிறான்.

இப்படிப்பட்ட ஒருவன் இருக்கின்றான்; அவன் தில்லை யம்பலத்தை இடமாகக் கொண்டவன்!'

> 'ஊட்டுவிப்பானும் உறங்குவிப்பானும், இங்கு ஒன்றோடொன்றை
> மூட்டுவிப்பானும், முயங்குவிப்பானும், முயன்றவினை
> காட்டுவிப்பானும் இருவினைப் பாசக் கயிற்றின் வழி
> ஆட்டுவிப்பானும் ஒருவன் உண்டே தில்லையம்பலத்தே!'' (226)

வாலிபன் அகால மரணமடைந்ததை விளக்கும் பாடலில், 'குயவனும் கூழையில்லை; ஆயினும் நகரம் சூறையானது ஏன்?' என்ற கேள்விக்கு ஊழ்வினையின் செயல்பாடு அது என்று சுட்டப்பட்டதே; அதற்கு என்ன பொருள்? ஊழ்வினை தனி ஆற்றலுடையது என்று ஆகிவிடவில்லையா? இது இறைவனைக் கீழிறக்கியது ஆகாதா?

இல்லை என்கிறது சைவம்!

ஊழ் பௌத்தத்திலும் சமணத்திலும் தனிச் சுதந்திரமுடையது.

ஆனால் சைவத்தில் இறைவன் மட்டுமே தனிச் சுதந்திரமுடை யவன்.

அறிவற்ற வினை தனக்குரியவனைத் தானே தேடி அடையும் ஆற்றலுடையது அன்று என்று சைவம் நம்புவதால் வினையின் பயனை அதற்குரியவனே தவறாது நுகருமாறு செய்ய சைவத்திற்கு அறிவே வடிவான இறைவன் தேவைப்படுகிறான்!

'நகரம் சூறையானது' பாடலில் வாலிபனுக்கு அகால மரணம் நேரிடும்போது குயவன் (இறைவன்) ஊழைப் புறந்தள்ளிக் குறுக்கே வரவேண்டியதுதானே! அவ்வாறு வரவில்லையே ஏன்? என்று வினா எழுப்பினால் ஊழ் இயங்குவதற்குப் பின்னணியே அவன்தான் என்பதே விடை!

அதைத்தான் இந்தப் பாடலில் தெளிவாக்குகிறார் பட்டினத்தார்.

'இருவினைப் பாசக் கயிற்றின் வழி ஆட்டுவிப்பவன் அவனே' என்று அவனை நேர் பொறுப்புக்குக் கொண்டு வருகிறார்!

இருவினைப் பாசக்கயிற்றின் வழி ஆட்டுவிப்பதற்காகத்தான் இறைவன் ஊட்டுவித்தல், உறங்குவித்தல், மூட்டுவித்தல், முயங்குவித்தல், காட்டுவித்தல் என்று அனைத்தையும் செய்ய வேண்டிய கட்டாயம் உண்டாகிறது.

நமக்கு அதிகாரி நாமா; இறைவனா:

நமக்கு அதிகாரி நாம்தாம்! இறைவனில்லை.

அதிகாரி என்பவன் யார்?

'இன்ன செயலைச் செய்' என்று கீழிருப்பவனுக்கு ஆணையிடு பவன்தான் அதிகாரி; அப்படி ஆணையிடும்போது அந்தச் செயலுக்கு அதிகாரி பொறுப்பாகிறான்! சந்தனக் கடத்தல் வீரப்பனை நூற்றி முப்பது மனிதர்களையும் அறுபது யானை களையும் கொல்லச் சொன்னவன் யார்? இறைவனா?

வீரப்பனுக்குப் பொதுமன்னிப்பு அளிப்பது பற்றித் தமிழக அரசு சிந்தித்து வருகிறது. ஒரு கொலை செய்தால் தூக்கு; நூற்றுக்கு மேல் செய்தால் பொதுமன்னிப்பு!

இது மனித நீதி!

ஆனால் இறைவன் வேறு!

மனித உயிர்களுக்கு முழுச் செயல் சுதந்திரம் அளிக்கப்பட்டிருக் கிறது. இட்லராக இருப்பது, காந்தியாக இருப்பது ஆகிய இரண்டும் அவரவரைச் சார்ந்ததுதான்!

செயல் சுதந்திரம் வழங்கப்பட்டிருப்பதால்தான் இறைவனின் தண்டனை உரிமை குறித்துக் கேள்வி எழவில்லை.

வினைப்போகமே ஒரு தேகம்:

செய்த வினைகளுக்கேற்ற பலன்களை நுகர இறைவன் மறுபடி மறுபடி புதுப்புது உடல்களை வழங்குகிறான்.

உடல் வாழ்வு மிகப் பெரிய துன்பம்.

ஆகவே பிறப்பை ஒழிக்கவேண்டும் என்றால் உடல் ஒழிய வேண்டும்; உடல் ஒழிவதற்குத் தற்கொலை வழியாகாது. பழைய வினைகள் நுகரப்பட்டுப் புதுவினைகள் (நல்வினை, தீவினை) எழாத நிலையில் உடலுக்கான தேவை தீர்ந்து போகிறது; அப்போது பிறப்பு அற்றுப் போகிறது. துயரங்களும் அதோடு முடிவுக்கு வந்து விடுகின்றன.

பட்டினத்தார் சொல்கிறார்:

> 'வினைப்போகமே ஒரு தேகம் கண்டாய்; வினைதான் ஒழிந்தால்
> தினைப்போது அளவும் நில்லாது கண்டாய்!' (303)

இதே வேலையா; முடிவே இல்லையா:

நாள் தவறாமல் வரும் துன்பத்தைப் பட்டினத்தார் ஒரு பாடலில் பட்டியலிடுகிறார். அதுவும் ஒரு நாளைக்கு ஒன்று என்று முறை வைத்து வரக்கூடாதா? மூன்றும் வந்து ஒவ்வொரு நாளும் கதவைத் தட்டுகின்றனவே எனத் தவிக்கிறார்!

> 'காலையில் மலசலத்தால் துன்பம்;
> கட்டுச்சியில் பசிதாகத்தால் துன்பம்;
> மாலையில் துயில் காமத்தால் துன்பம்!' (263)

இவற்றிற்கு வழிசெய்வதே என்னுடைய முழுநேர வேலையாகி விட்டதே என்று நெஞ்சங் கவல்கிறார். இதுபோன்ற பல

பாடல்கள் தனக்காகச் சொல்லிக்கொள்ளப்பட்டவைபோல் தோன்றினும் சமுதாயத்திற்காகச் சொல்லப்பட்டவையே!

இன்னுமா சலிக்கவில்லை (MERE REPETITION)

பிறப்பிலிருந்து இறப்புவரை,

சாப்பிட்டதையே சாப்பிடுகிறோம்;

உடுத்தியதையே உடுக்கிறோம்;

பேசியதையே பேசுகிறோம்;

கண்டதையே காண்கிறோம்;

கேட்டதையே கேட்கிறோம்;

இவ்வாறு கடவுள் நமக்கு வழங்கிய

அரிய வாழ்நாள் கழிந்து விட்டதே! (401)

இவ்வாறு பட்டினத்தார் சொல்வதை அவருக்குப் பின்னால் வந்த தாயுமானவர் உறுதிப்படுத்துகிறார்.

'யோசிக்கும் வேளையில் பசிதீர

உண்பதும் உறங்குவதுமாக முடியும்!' (2:10)

இதையேதானே திரும்பத் திரும்பச் செய்கிறோம்; பட்டினத்தார் தான் சலித்துக்கொள்கிறாரே தவிர நமக்குச் சலிப்பு வர வில்லையே! இவற்றிற்கிடையே வாழ்க்கை மெல்லக் கழிந்து முடியும்போது, நல்லவேளை இந்தச் சலிப்பிலிருந்து விடுதலை கிடைத்ததே என்று மகிழ்வதற்கு மாறாக, பதறித் துடித்து ஒவ்வொரு கோயிலிலும் விண்ணப்பம் போட்டு மேலும் ஒரு பத்தாண்டுகள் நீட்டிப்புக் கேட்கும் நம்மைப் பார்த்து நகையாடு கிறார் பட்டினத்தார்.

'மேலும் இருக்க விரும்பினையே' (379)

இன்னும் பிறக்க இசைவையோ:

ஒரு பிறவியில் மட்டுமல்லாமல் பிறவிகள் தோறும் இதையே செய்துகொண்டிருப்பது பட்டினத்தார் போன்ற பேரறிவர்களுக்கு இன்னும் கூடுதலாக எரிச்சல் தருகின்றது.

பிறவிகள் தோறும் பிறக்கும் ஊர்கள் மாறுகின்றன; பிறக்கும் வீடுகள் மாறுகின்றன; பெறுகின்ற தாய்கள் மாறுகிறார்கள்;

இட்டழைக்கும் பெயர்கள் மாறுகின்றன; ஆனால் நான் பிறப்பது மட்டும் மாறுவதில்லை!

> 'எத்தனை ஊர்; எத்தனை வீடு; எத்தனை தாய்; பெற்றவர்கள்
> எத்தனை பேர் இட்டழைக்கு ஏன் என்றேன்' (361)

பிறவிகள் தோறும் நான் மாள, என்னுடலைச் சுடுகாட்டில் கொண்டுபோய் எரிக்க, பிறகும் விரைந்து பிறந்து விரைந்து செத்து இப்படியே அடுத்தடுத்து நடக்கின்றமையால், ஒரு தடவை என்னை எரித்த மணலில் வெப்பம் அடங்குவதற்குள் அடுத்த பிறவியில் எரிப்பதற்கு எடுத்து வரப்பட்டு விடுகிறேன். என் உடலையே மாற்றி மாற்றிச் சுட நேர்ந்தமையால் வானம் இடையறாது புகை மண்டிக் கிடக்கிறது. என்னைப் பிறவிகள் தோறும் சுமந்து சுமந்து தாய்மார்கள் களைத்துப் போயிருக்கிறார் கள். என்னைப் படைத்துப் படைத்து வலிக்கின்ற நான்முகன் கைகள் சற்று ஓயவும், பிறவிகள் தோறும் நடந்து சலித்த என் கால்கள் இளைப்பாறவும், திருவையாறா, சிறிது கண்பார்க்கக் கூடாதா?

எனக்காகக் கூட வேண்டாம்; என்னிடம்தான் இரக்கம் காட்ட மாட்டாய்! ஆனால் எண்ணற்ற தாய்மார்கள் களைத்திருக்கிறார் களே, அவர்களுக்காகக் காட்டக் கூடாதா? என்னதான் சுடுகாட்டு மணல் என்றாலும் அதுவும் தணலாற வேண்டாவா? என்னைச் சுட்டதால் புகை மண்டிய வானம் புகை நீங்கித் தெளிவுபெற வேண்டாவா? திருவையாற்று ஐயனே இரக்கம் காட்டு; பிறவியை ஒழி!

> 'மண்ணும் தணல் ஆற வானும் புகை ஆற
> எண்ணரிய தாயு இளைப்பாறப் - பண்ணும் அயன்
> கையாறவும், அடியேன் காலாறவும் கண்பார்
> ஐயா திருவையாறா!' (368)

7. குடியிருந்த வீடு

பத்துநாள் பட்டினத்தார் திருவிழா:

பட்டினத்தார் பற்றி மக்களிடையே வழங்கி வரும் கதைகள், அவரைப் பற்றிய ஒப்பாரி போன்ற நாட்டுப்பாடல்கள் இவற்றிலெல் லாம் மிகையான செய்திகள் காணப்பட்டா லும் அவை மக்களின் புறத்தெறிவுகள் (Projections); அவற்றில் உணர்ச்சியும் உள்ளன்பும் இருக்கின்றன என்பதோடு மட்டுமல்லாமல் அவரைப் பற்றிய பன்முக ஆய்வில் இது ஒரு முகம்!

குடியிருந்த வீடு; கொள்ளி வைத்தல்!

காவிரிப் பூம்பட்டினம் பத்து நாள் திருவிழா விலும் உச்சம் 'தாயார் தகனம்!' இந்தத் திரு விழாவுக்குச் சுற்றுவட்ட மக்கள் ஊரோடு திரண்டு வருகிறார்கள்! எங்கு பார்த்தாலும் மக்கள் வெள்ளம்!

கடைசிநாள் திருவிழாவில் சிதையில் தாயாரை வைத்துவிட்டு மக்களெல்லாம் பட்டினத்தாருக்காகக் காத்திருக்கிறார்கள்;

இனி அவர் வரமாட்டார் என்று கருதி அங்கே இருக்கின்றவர்கள் தாங்களே கிரியைகளைத் தொடங்கும்போது, 'பட்டினத்தார்! பட்டினத் தார்!' என்று கூக்குரல் கேட்கிறது; கூட்டம் பரபரப்புக்கு உள்ளாகிறது; விருக்கென்று

உணர்ச்சி தலைக்கேறுகிறது; வரவே மாட்டார் என்று கருதப் பட்டவர் வந்தேவிட்டார்!

ஒப்பாரிப் பாடல் பீறிட்டு வெடித்துக் கிளம்புகிறது;

> 'ஈரல் ஒதுக்கி
> இடங் கொடுத்த மாதாவுக்குக்
> கூந்தல் ஒதுக்கிக்
> கொள்ளி வைக்க வந்த மகன்!'

தாயாரின் வயிற்றில் பட்டினத்தார் வளர்கிறார்; கரு வளர வளரக் கருப்பை விரிவுறுகிறது; ஒரு கட்டத்தில் கரு மேலும் வளர இடம் போதவில்லை; ஈரல் இடைஞ்சலாக இருக்கிறது என்று தாய் உணர்கிறாள். தான் உயிர் வாழ்வதற்கு ஈரல் இன்றியமையாதது; அதே சமயம் மகனின் வளர்ச்சி இடம் போதாமையால் சுருங்கவும் கூடாது; இது ஒரு ஊடாட்டமான நிலை; எப்படி முடிவெடுப்பது?

பட்டினத்தாரின் தாய் தன் ஈரலை ஒதுங்கிக்கொள்ள உத்தர விட்டுத் தன் மகன் கருப்பையில் போதியவாறு வளர இடமளித் தாளாம்!

ஒவ்வொரு தாயும் தன் மகனுக்காக எந்த நிலைக்கும் போவாள் என்பதை உணர்ச்சி பீறிடப் பாடும் இந்தப் பெண்களுக்கு இன்றைய எந்தக் கவிஞனாவது உறைபோடக் காணுவானா?

வசனத்தை மடக்கி எழுதுகிறவன்தானே இப்போது கவிஞன்!

வாழை மட்டையா? விறகா?

பட்டினத்தார் தன் தாயார் சிதையில் அடுக்கப்பட்டுள்ள கட்டை களை அகற்றச் சொல்லிவிட்டு வாழை மட்டையை வைத்துத் தீமூட்டினாரா! இது ஒரு கதை!

விறகு சுடும்! வாழைமட்டை சுடாது என்பது இந்தக் கதையாசிரி யரின் கருத்தாக இருக்கலாம்! வாழை மட்டையை எரியச் செய்யப் பட்டினத்தாரால் முடியாதா என்ற கேள்விக்கே போக வேண்டா! எதிலிருந்து பிடித்து எரித்தாலும் தீயின் தன்மை குளிர்ச்சி யில்லையே; சுடுவதுதானே! மேலும் அவரே தன்னுடைய பாடலில் விறகிலிட்டுத் தீ மூட்டியதாகவே சொல்கிறார்.

> 'சீராட்டும் தாய்க்கோ
> விறகிலிட்டுத் தீமூட்டுவேன்?' (391)

ஞானாக்கினியால் யாரைச் சுட்டார்?

இன்னொரு கதை ஞான அக்கினியால் சுட்டுத் தாயாரின் உடலைச் சாம்பல் ஆக்கினார் என்பது. ஞானக் கொள்ளியைத் தாயார் தலையில் வைத்ததற்கு அவருடைய ஒரு பாடலிலும் சான்று இல்லை. ஆனால் நம் மடமையைச் சுடுவதற்கு நம் எல்லாருடைய தலையிலும் அந்த ஞானக் கொள்ளியைத் தொடர்ந்து வைக்கிறார் என்பதற்கு அவருடைய அனைத்துப் பாடல்களும் சான்றாகும்!

'தீ'ச் செயல்:

'என்னைச் சுமந்தாளே முந்நூறு நாள் சுமந்தாளே' (390)

'தொட்டிலிலும் தோள்மேலும் கட்டிலிலும் வைத்து என்னைக் காதலித்தாளே' (391)

'தான் நொந்து சுமந்தாளே; ஆனால் நான் நோகாமல் பாலூட்டி வளர்த்தாளே!' (392)

'என்னைத் தேனே அமிர்தமே மானே என்றழைத்த வாயில் என்னை வாய்க்கரிசி போடச் சொல்கிறார்களே!' (393)

'முகத்தோடு முகம் வைத்துக் கொஞ்சி முத்தமிட்டவளின் தலையில் கொள்ளியை எவ்வாறு கூச்சமில்லாமல் வைப்பேன்!' (394)

'எனக்கு நன்மையைத் தவிர வேறெதையும் செய்தறியாத் தாய்க்கு நான் புரிகின்ற 'தீ'ச்செயலைப் பார்த்தீர்களா? என்ன கொடுமை இது!

எல்லாரும் செய்தார்கள்; நானும் செய்கிறேன்:

தவியாய்த் தவித்த பட்டினத்தார் ஒரு முடிவிற்கு வந்து கடைசியில் தாயின் சிதைக்குத் தீ வைக்கிறார்.

அப்போது சொல்கிறார்:

நான் மட்டுமா தீ வைக்கிறேன்;

முப்புரத்திற்குச் சிவபெருமான் வைக்கவில்லையா?

இராமன் அனுப்பிய குரங்கு இலங்கைக்கு வைக்கவில்லையா?

எவ்வளவோ சீராட்டிப் பாராட்டி வளர்த்த என் தாய் என்னை விட்டுவிட்டுச் சாவது என்று முடிவெடுத்துக் கடைசிகடைசி யாக என் அடிவயிற்றில் தீ வைத்துவிட்டுப் போக வில்லையா...?

எல்லாரும் வைத்தார்கள்; ஆகவே நானும் வைக்கிறேன்; இது நன்றாக மூண்டு எரியட்டும்!

> 'முன்னை இட்ட தீ முப்புரத்திலே
> பின்னை இட்ட தீ தென்னிலங்கையில்
> அன்னை இட்ட தீ அடிவயிற்றிலே
> யானும் இட்ட தீ மூள்க மூள்கவே!' (395)

பட்டினத்தார் மூட்டிய தீ நன்றாகப் பிடித்துத் தாயின் உடலைப் பொசுக்கத் தொடங்கியவுடன் மீண்டும் பதறுகிறார்.

'ஐயகோ! எல்லாம் வேகின்றதே... வெந்து பொடி சாம்பல் ஆகின்றதே; மாசுக்குருவி பறவாமல் என்னைக் கருதிக் கருதித் தூக்கி வளர்த்த கைகூடப் பொசுங்கிவிட்டதே' என்றெல்லாம் பதறுகிறார். *(396)*

வேறு யாரையும் தெரியாதே:

எல்லாம் முடிந்து தீ அடங்குகின்றது; சிதையைப் பார்க்கிறார்; தாயைக் காணவில்லை; பதற்றம் ஆட்கொள்கிறது; உடனே சிவனைப் பார்த்துக் கேட்கிறார்!

அவர் எந்த ஒன்றைக் கேட்பதானாலும் சிவனிடம்தான் கேட்பார்:

'இத்தகையவனை ஏன் படைத்தாய்?' *(235)*

'இவனையெல்லாம் கொண்டு போகாமல் ஏன் வைத்திருக் கிறாய்?' *(230)*

'இவனெல்லாம் எதற்காகப் பிறந்தான்?' *(232)*

இப்படி அவருக்கு எது கேட்கவேண்டும் என்று தோன்றினாலும் சிவனிடம்தான் கேட்கத் தோன்றும்! அவருக்குள்ள குறைந்தபட்ச நட்பு சிவனிடம்தான்! அவனுக்குக் குறைந்த ஆள் யாரையும் அவருக்குத் தெரியாது!

வந்தாளா...!

முன்புபோலவே இப்போதும் அவனிடமே கேட்கிறார்:

'திருவண்ணாமலையில் வாழும் வித்தகா!

சிவசிவா!

என் தாயை இந்தச் சிதையில்தான் வைத்திருந்தேன்;

இப்போது அவளைக் காணவில்லை;

சாம்பல்தான் இருக்கிறது;

எங்கே போயிருப்பாள்?

எந்த இடமும் அவளுக்குத் தெரியாதே!

ஆனால் முன்பொரு முறை உன்னிடம் வந்திருக்கிறாள்

என்னைப் பெற வரங்கேட்டு!

இப்போதும் அந்தப் பழக்கத்தில் அங்கு வந்து விட்டாளா?

என்னை மறந்துவிட்டாளா?

என் ஐயனே! அவள்

உன் திருவடிகளிலேயே இளைப்பாறட்டும்!'

> 'வெந்தாளோ சோணகிரி வித்தகா நின்பதத்தில்
> வந்தாளோ என்னை மறந்தாளோ - சந்ததமும்
> உன்னையே நோக்கி உகந்து வரம் கிடந்தென்
> தன்னையே ஈன்றெடுத்த தாய்.' (397)

8. எது சதம்?

'பட்டினத்தார்க்கும் நமக்கும் என்ன வேறுபாடு?'

'எல்லாமே வேறுபாடுதான்!'

1. நமக்கு ஊர்துணை;

2. உற்றார் துணை;

3. சிலசமயம் உண்மையாகவும் சில சமயம் விலை கொடுத்தும் வாங்கிய புகழ் துணை;

4. பெண்டாட்டி துணை;

5. பிள்ளைகள் துணை;

6. கலைமாமணி, பத்மபூசணம், திவான் பகதூர், டாக்டர் என்றெல்லாம் எய்திய எத்துணையோ சிறப்புக்கள் துணை;

7. ஓர் அளவுக்கு முறையான வழியிலும் அளவுக்கு மேல் வழியில்லாத வழியிலும் தேடிக் குவித்த செல்வம் துணை;

8. நாடாளுகின்றவன் பழக்கம் என்பதால் அவனும் துணை!

இத்தனை துணையுள்ள நமக்கு எப்படிக் கேடு வரமுடியும்? இது நம்முடைய இறுமாப்பு!

இவை எல்லாவற்றையும் பேனாவை எடுத்து ஒரே இழுப்பில் அடித்து விடுகின்றார் பட்டினத்தார்!

'இவை எல்லாம் துணையில்லையா?'

'சில சில சமயங்களில் துணை;

சில சில சமயங்களில் பகை;

இது எதுவுமே இவர் யாருமோ

நிலையான துணையில்லை!'

'அப்படியானால் யார் அழியாத துணை?'

'இறைவன்!'

'ஊரஞ் சதமல்ல; உற்றார்
சதமல்ல; உற்றுப் பெற்ற
பேரஞ் சதமல்ல; பெண்டிர்
சதமல்ல; பிள்ளைகளும்
சீரஞ் சதமல்ல; செல்வம்
சதமல்ல; தேசத்திலே
யாருஞ் சதமல்ல; நின்தாள்
சதம் கச்சி ஏகம்பனே!' (227)

'மனைவி சதமல்ல என்பதை எப்படி நம்புவது?'

'இளவரசன் சார்லசோடு உறவு முறியும் முன்னே குதிரைக்கார னோடு போனாளே டயானா அவள் மனைவிதானே!'

'மகனும் சதமல்லனோ?'

'மகத நாட்டு மன்னன் பிம்பிசாரனைக் கொலை செய்து ஆட்சிக்கு வந்த அசாதசத்துருவும்,

தாசுமகால் கட்டிய சாசகானை அதற்கு எதிரிலேயே சிறைவைத்து 'பார்த்துக்கொண்டிரு' என்று சொன்ன ஒளரங்கசீப்பும் மகன்கள் தாமே!'

'பணமும் சதமல்லவா?'

'பர்மாவில் செட்டிநாட்டார் நிலமெல்லாம் நாட்டுடைமை யாக்கப்பட்டு, அனைவரும் கட்டிய கோவணத்தோடு வந்து சேரவில்லையா? அதுபோல கொழும்பும் சைகோனும் அடை பட்டவுடன் ஏறத்தாழ முக்கால் செட்டிநாடு வறுமையுற வில்லையா? பெண்களுக்குத் திருமணம் செய்ய முடியாமல் வீட்டிலிருந்த நிலைக்கதவுகளையும் உத்தரங்களையும் மரங்கம்பு களையும் விற்று வீடுகள் குட்டிச் சுவர்களாகக் காட்சி அளிக்க வில்லையா?

லெனின் போன்ற ஒரு ஆட்சியாளன் உருசியப் பிரபுக்களை தன் ஒரு பேனாவின் கிறுக்கலில் ஏழைகள் ஆக்கவில்லையா?'

'அதிர்ச்சியாக இருக்கிறதே!'

இந்தத் துன்பங்கள் சார்லசுக்கு வரும்; பிம்பிசாரனுக்கு வரும்; உருசியப் பிரபுக்களுக்கு வரும்; நமக்கு வராது என்று நம்பித்தானே நீங்கள் வாழ்கிறீர்கள்! வீண் நம்பிக்கை விடுதலை தரும் என்றால் பட்டினத்தாருக்கு மறுப்பில்லை!

எளிய வழி கூறக் கூடாதா:

நேர்த்திக் கடன்; தீர்த்தமாடல், பாதயாத்திரை; உண்டியலில் பணம் போடுவது; சாமி சம்பந்தப்பட்ட பொருள்களை மிகுந்த விலைக்கு ஏலத்தில் எடுப்பது! இவற்றால் இறைவன் மகிழ்ந்து வயப்படுவான் என்று எதிர்பார்ப்பது! இவையே எளிய வழிகள்!

இவற்றையும் சைவம் ஏற்றுக்கொண்டிருப்பதாகவே தெரிகிறது.

ஒரு கட்சியைப் போலவே சமயமும் தன்னைப் பெருங்கூட்டம் பின்பற்றவேண்டும் என்றே எதிர்பார்க்கிறது; கட்சித் தலைவர் களுக்கும் மடாதிபதிகளுக்கும் கூட்டம் வேண்டும் என்பதுதான் முக்கியம்!

கைதொழத்தக்க துறவி:

பட்டினத்தார் பேரறிவாளர்; எல்லா மக்களாலும் அறியப் பட்டவர்; கி.பி.14-ஆம் நூற்றாண்டில் பிறந்து இன்றுவரை பேசப்படுகிறவர்; பின்பற்றப்படுகிறவர்; வழிபடப்படுகிறவர்; காவிரிப் பூம்பட்டினத்தில் தோன்றித் திருவொற்றியூரில் அடங்கியவர்.

இன்றும் சென்னையில் கல்வியறிவற்ற எளிய மக்கள்கூடப் பிணந்தூக்கிச் செல்லும்போது பட்டினத்தாரின் அரிய கருத்துக் களடங்கிய உடற்கூற்று வண்ணத்தைப் பாடிக் கொண்டே செல் கிறார்கள் என்றெல்லாம் அவருடைய புகழ் இசைக்கப்படுகிறது!

விறகு மதிப்புத்தானே:

பட்டினத்தார் இத்தகு சிறப்புக்களை எல்லாம் உடையவர் என்பதும், எல்லா மக்களும் கடந்த ஏழு நூற்றாண்டுகளாக அறிந்து வந்திருக்கின்றனர் என்பதும் அவருடைய பெருமையு மில்லை; ஒருவேளை அவர் வாழுங்காலத்திலும் அதற்குப் பிறகும் தேடப்படாமலே போயிருந்தால் அது அவருடைய சிறுமையுமில்லை!

வில்வ இலை சிறந்த மூலிகை என்று நமக்கு அறிவிருந்து தெரிந்துகொண்டால் அது நம் உயிர் காக்கும் துணையாகிறது; இல்லாவிட்டால் இல்லை! அவ்வளவுதான்! இதில் வில்வத்திற்கு என்ன இலாப நட்டம்?

பட்டினத்தார் எங்கள் சாதி; எங்கள் ஊர் என்று பெருமை பாராட்டுவதெல்லாம் வில்வத்தின் மூலிகைப் பயனை அறியாமல் எங்கள் தோட்டத்தில் பெரிய வில்வமரம் இருக்கிறது என்று களிகூர்வது போன்றதுதானே! பயன் தெரியாதவன் சீமைக் கருவையை வளர்த்தால் என்ன? வில்வத்தை வளர்த்தால் என்ன? இரண்டுக்கும் விறகு மதிப்புத்தானே?

பட்டினத்தார் வியக்கப்பட வேண்டியவரா

பின்பற்றப்பட வேண்டியவரா:

அவரை வியப்பதால் அவருக்கு ஒன்றும் பயனில்லை!

அவரை வியந்துவிட்டுப் பின்பற்றாதபோது நமக்கும் பயனில்லை!

பல பிறவிகளாக அழுத்திப் படிந்து வந்துள்ள 'வாசனைகள்' நம்மை உய்வடைய விடாமல் அழுத்தி வைத்திருக்கின்றன. உயர்ந்தவற்றைக் கண்டு மிரட்சிகொள்ளச் செய்கின்றன!

ஆனால் மிரளத் தேவையில்லை.

பட்டினத்தாரும் துறவுக்கு முன்னால் வரை-

காதறுந்த ஊசியைக் காணும் வரை

நம்மைப் போலவே இருந்தவர்தான்!

ஆனால் அவருக்குள் பல பிறவிகளாக உய்வு குறித்த கருத் தோட்டம், மெய்ம்மைத் தேட்டம் என்பவை இருந்து வந்திருக்கும்!

கொஞ்சம் கொஞ்சமாகப் பக்குவ நிலைக்குப் பல பிறவிகளில் வந்திருப்பார்!

ஒரு புத்தனாவதற்கு ஆயிரம் பிறவிகள் தேவைப்பட்டன எனச் சாதகக் கதைகள் கூறும்!

ஏற்கனவே சொல்லியது போல், பக்குவமடைந்த தாமரை மொட்டுகள் கதிரவனின் ஒளிபட்டு மலர்கின்றன!

மற்றவை உரிய பக்குவம் வரும்வரை காத்திருக்கின்றன!

நமக்கு யார் யார் மீதோ எது எதன் மீதோ பார்வை; 'அவனுக்கு' நம் மீது மட்டுமே பார்வை!

நமக்கு அவனைத் தெரியாது; அவனுக்கு நம்மைத் தெரியும்!

மற்ற சமயங்களிலில்லாத ஒரு பெரிய வசதி சைவ சமயத்தில் உண்டு!

பக்குவப்பட்ட நிலையில் உள்ள உயிரைக் கடைத்தேற்றப் புலவர்களையோ தூதுவர்களையோ அனுப்பாமல் இறைவன் தானே நேரில் வருவான்!

பட்டினத்தாரிடம் வந்திருக்கிறானே! மாணிக்கவாசகரிடம் வந்திருக்கிறானே!

அவன் அருளாளன்!

பால் நினைந்தூட்டும் தாயினும் சாலப் பரிவுடையவன்!

செய்ததையே செய்துகொண்டிருக்கிறோம் என்ற உணர்வு வந்துவிட்டால் போதும்; பழைய 'வாசனைகள்' அற்றுப் போகும்!

உரிய பக்குவம் வந்துவிடும்!

சொல்வது எளிது; நடைமுறை எளிதில்லை.

இந்த நூலாசிரியனும் உங்கள் நிலையினனே!

மனித யோனியில் பிறந்த யார் யாரினும் தலையாயவனும், மாந்தனின் துன்பத்திற்கு அடிப்படைக் காரணம் என்ன என்பதை விஞ்ஞானபூர்வமாக அறிந்து சொன்ன விஞ்ஞானிகளுக் கெல்லாம் தலைப்படு விஞ்ஞானியுமான புத்தனில் தொடங்கி எல்லா ஞானிகளின் சிறந்த கூறுகளும் நம் மனத்தில் படிந்து படிந்து உயிரில் படியட்டும்; நம்முடைய செயல்கள் மட்டுமல்லாது எண்ணங்களும் வினைகளே!

நம்முடைய கடைசி ஆசைவரை கணக்கில் கொள்ளப்படுகிறது!

வித்தினை இடுவோம்:

முதலில் ஒரு வித்தினை இப்போது போட்டு வைப்போம்!

இன்னும் பத்துப் பிறவிகள் போன பிறகு இறைவன் ஆசானாக வருகின்ற நிலை வரட்டும்!

அப்போது வருவதற்கும் இப்போதே ஒரு தொடக்கம் வேண்டாவா?

9. பட்டினத்தாரின் பங்களிப்பு

மெய்யியல் பார்வை (Philosophical outlook)

பட்டினத்தாருடைய எண்ணற்ற பாடல் களிலே 'கோயில் திருவகவல்' ஒன்று. நாற்பத்தைந்து வரிகளை உடையது; ஈடு இணையற்றது; ஏனெனில் அது மெய்யியல் பார்வையுடையது!

ஒரு மாந்தனின் வாழ்வை ஆய்வது என்பது அவனுடைய சிந்தனையைக் கண்டறிந்து ஆய்வதுதான்! ஞானிகள் பட்டறிவிலிருந்து பாடங்கற்கின்றனர்! அவர்களுடைய பட்டறிவுதான் என்ன? அவர்கள் எதைப் பார்த்தார்கள்? அதிலிருந்து அவர்களுக்கு என்ன தெரியவந்தது? இதை அறிந்தால் அவர்களுடைய மெய்யியல் பார்வையை அறியலாம்.

இடக்குச் செய்யும் மனம்:

பட்டினத்தாருக்கும் அவருடைய மனத் துக்கும் ஓயாத சக்களத்திச் சண்டை; சண்டை பல சமயங்களில் நாறிவிடும்! அதை வழிக்குக் கொண்டுவரப் பேசுவார்; ஏசுவார்; கொஞ்சுவார்; கெஞ்சுவார்; அதைச் சில சமயம் சவுக்காலும் விளாசுவார்.

அப்படி அவர் விளாசும்போது சில சமயங் களில் 'சுரீர்' என்று நம்மீது தைப்பது

போலிருக்கும்; ஒருவேளை அது நமக்கு தொடுக்கப்பட்ட சாட்டையடிதானோ என்னவோ!

இப்படி மனம் இடக்குச் செய்வதும் இவர் சவுக்கு எடுப்பதும் வழக்கம்தான் என்றாலும் இப்போது இவரும் முதிர்ந்து (Oldness) விட்டார்; இவருடைய மனமும் முதிர்ந்து (Maturity) விட்டது என்பதால் அதனிடம் தோழமையோடு பேசத் தொடங்குகிறார்.

பேதைப்பட்டாய் நெஞ்சமே (329); என்ன புத்தி இதே (341); மனமே என்ன பித்து உனக்கே (349); மடநெஞ்சமே (356) என்றெல்லாம் கடுமையான தொனிகளில் பேசியவர் இப்போது பரிவோடு பேசுகிறார்; மனமும் ஒரு நீண்ட வாழ்வில் அடிபட்டு அதுவே நல்லது கெட்டதைத் தெரிந்துகொள்கிற நிலை ஏற்பட்டுவிட்டபடியால் அதற்குக் காரண காரியங்களை எடுத்துச் சொன்னாலே திருந்திவிடும் என்று நினைக்கிறார்.

தன்னுடைய வாழ்க்கை நோக்கத்தை நிறைவேற்றிக்கொள்ள அதைத் தனக்குத் துணையிருக்கச் சொல்லிக் கேட்டுக் கொள் கிறார்; அதற்கு உபதேசிக்கத் தொடங்குகிறார்;

மனமே! நினை! விடாது நினை! சிற்றம்பலத்தில் ஆடும் கூத்தனை நினை!

கானல் நீர் போன்றதும், சுழலுகின்ற காற்றைப் போன்றதுமான பொய் வாழ்க்கையையும் இந்த உடலையும் இனியும் ஓம்பாதே!

இவையெல்லாம் உனக்குத் தெரியாததில்லை:

எல்லா உயிர்களும் பிறக்கும்;

பிறந்தவை அனைத்தும் இறக்கும்!

உயிரில்லாதவற்றிற்கும் கூட இது பொருந்தும்.

அவையும் தோன்றுவது போலவே மறைந்தொழியும்!

புணர்ந்தவை எல்லாம் பிரியும்;

பிரிந்தவை எல்லாம் புணரும்!

நீ சாப்பிட்டவை எல்லாம் மலமாகும்;

நீ ஒப்பனையாகப் பூசிய முகத் தூளெல்லாம் அழுக்காகும்!

வெறுத்தொதுக்கியவை விரும்பப்படும்;

விரும்பப்பட்டவை வெறுக்கப்படும்!

இது மட்டுமா?

செல்வத்திலும் திளைத்திருக்கிறாய்;

வறுமையிலும் அழுந்தியிருக்கிறாய்!

இந்த நிலவுலகத்தில்

இன்பத்தை அடைந்திருக்கிறாய்!

துன்பத்தை நீ விரும்பவில்லை எனினும்

அதுவும் உன்னை வந்தடைந்திருக்கிறது!

ஒன்றை விட்டு ஒன்றை அடைய முடியாதவாறு

அனைத்தும் சேர்ந்து சேர்ந்தே வந்தன!

பாடலைப் பார்ப்போம்:

இப்போது கோயில் திருவகவலின் இன்றியமையா வரிகளை மட்டும் பார்க்கலாம்!

'பிறந்தன இறக்கும்
இறந்தன பிறக்கும்!
தோன்றின மறையும்;
மறைந்தன தோன்றும்!
பெருத்தன சிறுக்கும்;
சிறுத்தன பெருக்கும்!
உணர்ந்தன மறக்கும்;
மறந்தன உணரும்!
அருந்தின மலமாம்;
புனைந்தன அழுக்காம்!
உவப்பன வெறுப்பாம்;
வெறுப்பன உவப்பாம்
என்று இவை அனைத்தும்
உணர்ந்தனை (6-13)

செல்வத்து இறந்தனை;
தரித்திரத்து அழுந்தினை! (19)
இன்பமும் துன்பமும்
இருநிலத்து அருந்தினை! (21)
ஒன்றையொன்று ஒழியாது
உற்றனை!' (22)

விரும்பியது என்ன நடந்தது என்ன:

மனமே, நீ என்ன விரும்பினாய்?

பிறந்துவிட்டோம்; இனி இறக்கக் கூடாதென்றுதானே!

நீ இறந்தே தீர்வாய்; பிறர் இறக்கக் காண்கிறாயே!

உணவை விரும்பினாய்;

அது மலமாவதை நீ விரும்பினாயா?

முகத்தூளால் ஒப்பனையை விரும்பினாய்;

அது அழுக்காகத் திரளப் போவதை விரும்பினாயா?

செல்வத்தை விரும்பினாயே;

தரித்திரத்தை விரும்பினாயா?

இன்பத்தை மட்டுமே விரும்பினாய்;

துன்பமும் வந்து சேர்ந்ததே!

இப்படி நீ விரும்பியதோடு

விரும்பாததும் சேர்ந்து வந்ததே ஏன்?

ஒன்றை விட்டு ஒன்றைப் பிரிக்க முடியாததால்

இரண்டையும் சேர்த்தே ஏற்றனை; அதுதானே!

இத்தோடு விட்டுவிடுகிறார்:

உலகத்தின் பித்தைக் கலக்கக் கூடிய ஒரு தத்துவத்தை உருவாக்கத்
தொடங்கியவர் - அதன் குடுமியை இடங்கண்டு நறுக்கென்று
எட்டிப் பிடித்தவர், அத்தோடு விட்டுவிட்டு மீண்டும் இருவினைக்

கூடாகிய உடலின் இழிவு பற்றிப் பேசத் தொடங்கிவிடுகிறார். உடல் அடையப்போகும் எதிரெதிர்த் தன்மைகளை உடைய வாழ்வின் போக்குகளை மனம் உணர்ந்துவிட்டால் உடலைச் சதமென்று கருதுகின்ற நிலைபோய்த் தனக்கு முழு விடுதலை கிட்டிவிடும் என்ற அடிப்படையில்தான் மனதிற்கு இவற்றை யெல்லாம் அறிவுறுத்துகிறார் என்பது வரையிலும் மிக மிகச் சரியே! ஆயினும் பல கிளைகளாகப் படர்ந்து நிழல் பரப்ப வேண்டிய ஓர் அரசமரத்தின் வளர்ச்சி அடைபட்டுப் போனது நம் தவக்குறைவே!

தாவோயியம்:

வாழ்வைப் பற்றிய இதே பார்வை சீனத்துப் பேரறிவாளன் லாசேக்கு (Lao Tse) ஏற்பட்டது. அவன் பட்டினத்தார்க்கு இரண்டாயிரம் ஆண்டுகள் முன்னால் வாழ்ந்தவன்; அவன் கண்ட மெய்யறிவுப் பள்ளியே தாவோயியம்!

பௌத்தம் எந்த நாட்டுக்குள் நுழைய விரும்பினாலும் கதவைத் தள்ளிக்கொண்டு விருட்டென்று நுழைந்து விடும்; ஆனால் அது சீனத்திற்குள் நுழைய இருமுறை கதவைத் தட்டியபோதும் திறக்கப்படவில்லை. கொஞ்ச இடைவெளிக்குப் பின்னர் மூன்றாம் முறை வல்லூட்டியாகக் கதவைத் தள்ளிக்கொண்டு தான் உள்ளே நுழைய நேரிட்டது. அந்த அளவுக்குச் சீன மண்ணைத் தன் வசத்தில் வைத்திருந்தது தாவோயியம்!

தாவோயியம் கூறும்

எதிரெதிர்க் கூறுகள்: (Relative Opposites)

இயற்கை எதிரெதிர்க் கூறுகளால் இணைந்து உருவாகி இருக்கிறது. அதன் தன்மையை அறிந்துகொள்ள இயலாத மாந்தன் தனக்குப் பிடித்தது என்று கருதியதைப் பிரித்துத் தனித்து அடைய நினைக்கின்றான்; அது இயற்கைக்கு மாறானது என்பதால் தவறான விளைவுகள் ஏற்படுகின்றன; மாந்தன் துன்பப்படுகிறான்!

பிறப்பு நேரிட்டால் இறப்பு நேரிடும்; இன்னொன்றிலிருந்து தப்பிக்கலாம் என்று நினைத்தால் நடக்காது. ('பிறந்தன இறக்கும்; இறந்தன பிறக்கும்!' பட்டின-6)

நீ மரியாதையை விரும்பினால், அவமரியாதை தொடரும்! இரண்டையும் சேர்த்து ஏற்றுக்கொள்; இல்லாவிட்டால் இரண்டையும் சேர்த்தே விட்டுவிடு.

ஒரு கட்டத்தில் பாராட்டு; இன்னொரு கட்டத்தில் பழிப்பில் முடிகிறது.

அழகென்பதும் அவலட்சணம் என்பதும் கிடையாது. இயற்கை அதன் போக்கில் இருக்கிறது. அதை நீ தேவையில்லாமல் கூறுபடுத்துகிறாய். உன்னுடைய தேர்வையோ உன்னுடைய புறந்தள்ளலையோ இயற்கை தன்னுடைய வழிமுறையாகக் கொள்வதில்லை!

ஆரோகணம் என்னும் எடுப்பு நிலையும் அவரோகணம் என்னும் படுப்பு நிலையும் சேர்ந்தால்தான் இசை என்று கருதப்படும்; இவை இரண்டும் ஒன்றுக்கொன்று எதிரானவையே; இவை பிரிந்தால் அதற்குப் பெயர் இசை இல்லை; வெறுங்கூச்சல்!

இதைத் தாவோயியம் harmony in opposites - என்று கூறுகிறது. அதை உ பிரினும் மேலான தமிழில் 'எதிரெதிர்க் கூறுகளின் ஒத்திசைவு' என்றழைக்கலாம்!

இதேபோல்தான் பிறவும்:

பகல் x இரவு

ஆண் x பெண்

நேர்மறை x எதிர்மறை

மலை x பள்ளத்தாக்கு

- தாவோ

பிறப்பு x இறப்பு

தோற்றம் x மறைவு

புணர்ச்சி x பிரிவு

உவப்பு x வெறுப்பு

இன்பம் x துன்பம்

- பட்டினத்தார்

தன்போக்கில் மையத்தைப் பிடித்தார் பட்டினத்தார்:

'ஒன்றையொன்று ஒழியாது உற்றனை' என்கிறார் பட்டினத்தார்; இந்த வரிதான் உயிரனைய வரி!

தாவோயியத்தின் மையத்தைப் பட்டினத்தார் பிடித்துவிட்டதைக் காட்டும் வரி!

எதிரெதிர்த் தன்மை உடையவற்றைப் பிரித்தடைய முற்படுவது கேட்டில் முடியும் என்கிறது தாவோயியம்!

இந்த உண்மையைப் பட்டினத்தார் தன்போக்கில் கண்டறிந்திருக் கிறார்.

ஏனென்றால் இயற்கை அமைப்பில் எல்லாமே ஒன்றோடொன்று இணைக்கப்பட்டிருக்கின்றன.

வானத்திலுள்ள நிலவு பிரிக்கப்பட்டால் கடலில் அலைகள் பிறக்காது; பெண்களின் மாதவிலக்கில் குளறுபடிகள் ஏற்படும்!

மரம் உயிர்வளியை (Oxygen) வெளியே தள்ளுகிறது; கரிவளியை (Carbondioxide) உள்ளிழுக்கிறது. அதற்கு நேர் எதிரானவன் மாந்தன். அவன் கரிவளியை வெளித்தள்ளி உயிர்வளியை உள்ளிழுக்கிறான். மரமும் மாந்தனும் ஒருவருக்கொருவர் இயற்கையால் இணைக்கப்பட்டிருப்பது ஒருவருக்கொருவர் உதவிக்கொள்வதற்காகவே!

பகுத்தறிவு இயக்கம் கண்ட மாந்தன் மரத்தை வெட்டினான்; தன் வாழ்வின் கூறு வெட்டுப்படுவதாக அவனுக்கு அப்போது புலப்படவில்லை; இப்போது மரம் வளர்க்கக் கோடிக்கணக்கில் பணம் ஒதுக்குகிறார்கள்.

காசிக்குப் போனால் எதையாவது துறந்துவிடவேண்டும் என்று முன்னோர்கள் சொன்னார்களாம். இவன் மாம்பழத்தைத் துறந்திருக்கவேண்டும்; ஆனால் பாகற்காயைத் துறந்துவிட்ட தாகக் காசி விசுவநாதரிடம் சொல்லிவிட்டு வந்து விட்டான்.

அதிலிருந்து இவனுடைய குடலில் பூச்சிகள் கனியத் தொடங்கி விட்டன. இனிப்புச் சிறந்தது, கசப்பு மோசமானது என்று எவன் சொன்னான்? எல்லாமே ஒன்றோடொன்று இயற்கையில் இணைந்தே இருக்கின்றன. மாந்தன் தன் அறியாமையால் ஒன்றிற்கு ஏற்றத்தையும் இன்னொன்றிற்கு இறக்கத்தையும் வழங்கினான்.

திருமண வீடுகளில் வாழ்த்துகிறார்கள்: 'நகமும் சதையும் போல், வானும் நிலவும் போல் வாழ்க!' இப்படி வாழ்த்துவதற்குக் காரணம் பிரிவுக்கெதிரான இவர்களுடைய மனப்பான்மையே!

ஆனால் தாவோவின் போக்கு அதில்லை; தாவோ என்றால் இயற்கையோடு இணைந்தது என்பது பொருள். கணவனும் மனைவியும் நகமும் சதையும் போல் பிரியாமலே இருந்தால் இருவரும் அடித்துக்கொண்டு நாறிப்போய் விடுவார்கள்; ஒருவர் மேல் ஒருவருக்குள்ள கவர்ச்சி குறைந்துவிடும்; சிலருக்குக் கிறுக்கே பிடித்துவிடும். இவையெல்லாம் நவீன பகுத்தறிவுத் தலைவர்கள் பிரிவுக்கு எதிராகத் தொடுத்த வாய்ச் சாதுரியத்தின் விளைவு! பட்டினத்தார் சொல்கிறார்: 'புணர்ந்தன பிரியும், பிரிந்தன புணரும்!' (10)

பிரிந்த தலைவன் தலைவியையப் புணரத் துடிக்கிறான்; 'பழைய கருப்பி' கூடப் படு அழகாகத் தெரிகிறாள்; அழகு என்பது கருப்பியைப் பொறுத்ததில்லை; பிரிவைப் பொறுத்தது.

புணர்ச்சியும் பிரிவும் ஒன்றுக்கொன்று எதிரானவை; ஆயினும் ஒன்றோடொன்று இயற்கையால் இணைக்கப்பட்டவை! ஒன்றினால் ஒன்று விளக்கம் பெறுபவை!

தாவோயியம் வளர்த்தெடுத்தது;

பட்டினத்தார் விட்டுவிட்டார்:

தாவோயியம் வரம்பிலாச் சட்டங்கள், பண்பாட்டு வளர்ச்சி, நன்னடத்தை, அறிவின் மிகை வளர்ச்சி (Over growth of knowledge) ஆகியவற்றைத் தாக்கித் தகர்க்கிறது.

அரசின் வேலை பொத்திக் கொண்டிருப்பது:

சிறந்த ஆட்சியாளன் ஆளும்போது அப்படி ஒருவன் இருக்கிறானா என்பதையே மக்கள் தங்கள் நினைவில் வைத்திருப்பதில்லை என்கிறது தாவோயியம்.

அறிவின் பயன் குழப்பம்:

அறிவு என்பது ஒப்பீடு செய்வதும் வரையறை செய்வதுமே! அது சேர்ந்திருப்பதைப் பிரித்துப் பார்க்கக் கற்றுக்கொடுக்கிறது. இதன் விளைவுதான் உலகில் காணப்படும் குழப்பங்களெல்லாம்!

அடிவயிற்றைக் கலக்கும் முழக்கங்கள்:

'From Civilization to Nature'

'Pathological overgrowth of knowledge'

'For knowledge no prominence'

'Bellies to be well fed; hearts become empty'

'Race horse to cart manure'

'Empire to keep itself below'

இவையெல்லாம் சில புகழ்பெற்ற தாவோயிய முழக்கங்கள். 'பந்தயக் குதிரையை எருவண்டியில் பூட்டு' என்றால் அரண்டு போகாதா? பாடலுக்கு நயம் பாராட்டுவதே அறிவு என்று கருதும் கூட்டம். இவற்றைக் கேட்டால் கிறுகிறுத்துப் போகுமே!

செய்குவம் கொல்லோ நல்வினை:

'செய்குவம் கொல்லோ நல்வினை' (214) என்று புறநானூற்றில் கோப்பெருஞ்சோழன் முழங்குகிறார். ஆனால் பட்டினத்தார் இருவினைகளையும் அறுத்து இறையடி சேர்வதே நோக்கம் என்கிறார். இருவினை என்பது நல்வினை தீவினை! நல்வினையும் உதவாது என்ற கருத்து நம்மை மருட்டுகிறது! சைவ சித்தாந்தம் நல்வினையையும் கடக்கவேண்டும் என்றே அறிவுறுத்துகிறது.

குறள் என்ன கூறுகிறது?
நல்வினை செய்ய ஆணையிடுகிறது:

'நாச்செற்று விக்குள்மேல் வாராமுன் நல்வினை

மேற்சென்று செய்யப் படும்.' (335)

இதில் நல்வினையை விரைந்து செய்யவேண்டும் என்ற குறிப்பு காணப்படுகிறது.

நல்வினையும் மயக்க வினையே
என்றும் சொல்கிறது:

ஆனால் பாயிரவியலில் கடவுள் வாழ்த்தில் நல்வினையை இருள் சேர் இருவினைகளில் ஒன்று என்று கூறிவிட்டான் உலகப் பேராசான் வள்ளுவன்.

'இருள்சேர் இருவினையும் சேரா இறைவன்
பொருள்சேர் புகழ்புரிந்தார் மாட்டு' (5)

'இறைவனது மெய்ம்மை சேர்ந்த புகழை விரும்பினாரிடத்து மயக்கத்தைப் பற்றி வரும் நல்வினை தீவினை என்னும் இரண்டு வினையும் உளவாகா.

94

'நல்வினையும் பிறத்தற்கு ஏதுவாகலான்...'

இது பரிமேலழகர் உரை.

ஒன்று 'செய்' என்று சொல்லவேண்டும்; இல்லாவிட்டால் 'செய்யாதே' என்று சொல்லவேண்டும்! இரண்டையும் சொல்வது முரண்பாடில்லையா?

ஏன் நல்வினை செய்யவேண்டும்?

புகழ் வரும் என்பதால்.

புகழ் எதுஎதால் வரும்?

பிறர்க்கு வழங்குவதால் அது வரும் (231)

வீரத்தினால் வரும் (777)

கற்பின் பெருமையால் வரும் (56)

அறத்தோடு பட்ட செயல்களால் வரும் (39)

கேடு செய்தவரையும் பொறுக்கும் குணச் சிறப்பினால் வரும் (156)

பொய்யாமை என்னும் பேரறத்தால் வரும் (296)

புகழுக்குக் காரணமான நல்வினையையும் இருள்சேர் வினை என்று வள்ளுவன் கூறக் காரணமென்ன?

புகழை நீ விரும்புவதற்குக் காரணம் அது உன்னுடைய 'நான்' என்னும் உணர்வுக்கு வலுச் சேர்க்கிறது!

'நான்' ஒரு வள்ளல்; இந்தக் கோயிலுக்கு 'நான்' குடமுழுக்குச் செய்தேன்; அதற்காகத் தனிக் கல் பதித்து என் பெயர் போட்டிருக்கிறார்களா! நன்று!'

இதுதான் உன் சிந்தனை; நீ செய்தது பிறர்க்கு உதவும் செயலே ஆயினும் 'நான்' என்னும் உணர்வு மேலும் முறுக்கேறி விட்டது.

உன் புகழ் கொஞ்ச காலம் வாழும்; குறிப்பிட்ட இடத்தில் வாழும்: இதைப் பற்றி இலண்டனில் பேச மாட்டார்கள்.

ஆனால் இறைவன் புகழ் மெய்ப்புகழ்; காலம், இடம் என்னும் வரையறைகள் இல்லாதது. அப்படி அவன் புகழை விரும்பி அவன் திருவடி சேர்வதற்கு இந்த 'நான்' விவகாரம் கூடாது.

'நான்' எனும் பெருமிதமே ஆணவம்.

தமிழ்ச் சமயத்தில் ஆணவம் மும்மலங்களில் ஒன்று என்பதுகூட இல்லை; அதுவே மூலமலம்.

தீவினை ஒழியும்போது கன்மமலம் வலுவிழந்து விடுகின்றது. 'நான்' என்னும் பெருமிதம் நீங்கப் பெறுகிற போதே மூலமலம் வீழ்ந்து படுகிறது.

செயல்படாமல் இருக்க முடியுமா:

இருக்க முடியாது! குடமுழுக்குச் செய்யும்போது 'நான்' என்னும் பெருமிதம் கொள்ளாமலிருக்க, நான் செய்தேன் என்று எண்ணாமல் சிவன் தந்தது, சிவனிடமே சென்றது என்று நினை; பாராட்டு விழா வேண்டாம், கல்வெட்டு வேண்டாம்.

வரலாறு தெரியாமல் போய்விடுமே என்பார்கள் நான்கு பேர். நம்முடைய நற்கதியை விடவா வரலாறு முக்கியம்? அவ்வளவு தேவை என்றால் நாம் செத்த பிறகு கண்டுபிடித்துப் போட்டுக் கொள்ளட்டும்! டாக்டர் பட்டம் வாங்குகிறவர்களுக்கு வேலை வேண்டாவா?

இது பொது மனிதனுக்கு அதற்குரிய பக்குவம் வரும்வரை இயலக் கூடியதில்லை; ஆகவேதான் புகழை நிறுவ நல்வினை செய்வதை ஊக்குவிக்கிறான் வள்ளுவன்!

வள்ளுவனைப் போல் கேட்பவன் அரண்டு போகாமல் அவனவன் பக்குவம் தெரிந்து அறம் சொல்லி அவனைக் கை தூக்கிவிட வேறு யாருக்கு இந்த அளவுக்கு நுட்பமாய்த் தெரியும்!

புத்தனுக்குப் பின் பிறந்ததால் புத்தனின் அறிவையும் உட் கொண்டு தன் குறட் கட்டிடத்தைச் செம்மைப்படுத்தினா னெனினும் அவனுடைய 'தனது' பங்களிப்பு (Contribution) வானினும் பெரிதே! பல பேரைப் படைத்துக் கை பழகிக் கொண்ட பிறகே இறைவன் வள்ளுவனைப் படைத்தான். அதுதான் இவ்வளவு நேர்த்தி!

பொது மனிதனுக்காக எல்லாம் பாடிய வள்ளுவன் பட்டினத்தார் போன்ற ஞானிகளுக்காகப் பாயிரம் பாடினான்; பட்டினத்தார்க்கு ஆயிரத்து இருநூறு ஆண்டுகள் முந்தியவன்.

இருவினையும் மயக்கம் என்றான் வள்ளுவன்.

'இருவினை மலம்...' என்று அப்படியே உடன்பட்டுப் பாடு கிறார் பட்டினத்தார்.

கடவுள் வாழ்த்து உங்களுக்கில்லை:

பிறவி என்னும் துன்பக் கடலைக் கடப்பதற்கு உதவுபவன் என்ற வகையில் மட்டுமே இறைவனைப் பற்றிப் பேசுகிறான் வள்ளுவன்! அதற்குக் குறைவான எந்தச் செயலையும் அவன் செய்ததாகக் குறளில் குறிப்பில்லை. ஆகவே அது பட்டினத் தாரனையோருக்காகப் பாடப்பட்டது!

உங்களுடைய கோரிக்கை மனுக்களை முதலமைச்சரிடம் கொடுங்கள்; அல்லது என்னவாவது செய்யுங்கள்! ஊழைக் கடப்பதுதான் உங்கள் விண்ணப்பத்தில் உள்ள ஒரே கோரிக்கை யானால் வள்ளுவனின் கடவுளிடம் வாருங்கள்!

வள்ளுவன் கண்ட 'நீத்தார்'
பட்டினத்தார் போன்றோரோ:

'நீத்தார்' எத்தகையோர் என விளக்குகிறான் வள்ளுவன்:

'இருமை வகை தெரிந்து ஈண்டறம் பூண்டோர்

பெருமை பிறங்கிற்று உலகு' (23)

துறவறம் பூண்டார் பெருமையே உலகின்கண் எல்லாப் பெருமை யிலும் உயர்ந்தது! இதில் உரையாசிரியர்களுக்கு மாறு பாடில்லை.

ஆனால் 'இருமை வகை தெரிந்து' என்னும் பகுதியில் உள்ள 'இருமை' என்பது யாது என்பதில் எண்ணற்ற வேறுபாடுகள்.

'பிறப்பு, வீடு என்னும் இரண்டனது இன்ப துன்பக் கூறுபாடு களை ஆராய்ந்து' -என்று பொருள் கொள்கிறார் பரிமேலழகர். வங்கக் கடலின் பரப்பினைத் தன் அறிவுப் பரப்பாக உடையவர் இவர்.

'புண்ணியம், பாவம்' என்கிறார் பரிதி.

'நன்மை, தீமை' என்கின்றனர் சுகாத்தியரும் குழந்தையும்.

புது உரை:

இவை எவையும் சரியான உரையாகா!

'இருமை வகை தெரிந்தவன்' என்பதற்கு எதிரெதிர்த் தன்மை யுடைய இரு கூறுகளின் வகைகளையும் ஆராய்ந்து பார்த்து அவை ஒன்றைவிட்டு ஒன்று ஒழியாது என்னும் இயல்பை அறிந்தவன் என்று கொள்க.

தாவோயிய வெளிச்சத்தில் பார்ப்போம்:

நல்வினை ஆணவ வாய்ப்படலால் மூலமலத்தோடு இறைவனை அடையமுடியாது என்பது முற்றிலும் ஏற்புடையதே!

இத்தோடு தாவோயிய வெளிச்சத்தில் நல்வினை, தீவினை மற்றும் நன்மை, தீமை என்று இருமையாகப் பிரித்தறியப் பட்டிருப்பவற்றையும் பார்க்கலாம்.

நன்மை x தீமை

நல்வினை x தீவினை

இரண்டும் எதிரெதிர்த் தன்மையுடையன.

தாவோயியிம் கூறுகிறது.

நன்மை, தீமை என்னும் இரு கூறுகளும் ஒரு நாணயத்தின் இருபக்கங்கள் போல! நன்மையில் தீமையின் கூறுகளும் தீமையில் நன்மையின் கூறுகளும் இருந்தே தீரும்!

நிழலில்லாத வெளிச்சம் எங்கே இருக்கிறது?

அதுபோலத் தீமையின் சாயலில்லாத நன்மை கிடையாது என்கிறது தாவோயியம்!

மேலும் உலகம் முழுவதும் ஒப்புக்கொள்ளப்பட்ட நன்மை அல்லது தீமை என்று எதையாவது சொல்லுங்கள் பார்க்கலாம். காலத்திற்குக் காலமும், இடத்திற்கு இடமும் அவை வேறுபடு கின்றன.

இராசராசனுக்கு வீடு கிட்டியதா:

ஒரு பேச்சுக்கு வைத்துக் கொள்வோம்:

இராசராச சோழன் தனக்குக் கோயில் கட்டினான் என்னும் நல்வினை அடிப்படையில் தஞ்சைச் சிவனாகிய பெருவுடையார் தன் திருவடி நிழலை அவனுக்கு அளிக்கக் கூடாதா என்றால், அதற்கு தாவோயியம் அளிக்கும் விடை 'கூடாது' என்பதுதான்.

பெருவுடையார் கோயிலைக் கட்ட இராசராச சோழன் திரட்டிய பெருஞ்செல்வம் அயல்நாடுகளின் மீது படையெடுத்துச் சென்ற போது கொள்ளையடிக்கப்பட்டது!

இது ஒரு தாவோ அடிப்படை! அஃதாவது நன்மையில் தீமை சாயலிடுகிறது என்பது!

மேலும் நற்செயல் செய்தோம் என்ற ஆணவத்திற்கு மாந்தன் உள்ளாவதற்குக் காரணம் எதிரெதிர்த் தன்மைகளில் இசைவுற்று முழுமையுற்றிருக்கும் அதைத் தன் அறிவால் பிரித்துவிடுகிறான்.

பிரிப்பது மிகையான அறிவின் செயல்!

இயற்கையோடு இயைந்து நடக்கிறவன் அவற்றைப் பிரிக்க மாட்டான்.

இன்பம் வேண்டும்; துன்பம் வேண்டாம் என்று சொல்ல மாட்டான்.

ஏனென்றால் இன்பத்தை மட்டும் நுகர்ந்துகொண்டிருக்கும் போதே அதன் இன்னொரு பக்கமான துன்பமும் தொடர்ந்து வந்துவிடும்.

பிரெஞ்சுப் பேரரசன் பதினான்காம் லூயிக்கு நாளும் ஒரு மங்கை கொண்டு வரப்பட்டாள்; ஆகா... இஃதன்றோ இன்பம் என்று கருதினான். கூடவே நோயும் வந்தது.

இன்பமும் பெண்ணாலேயே வந்தது; துன்பமும் பெண்ணா லேயே வந்தது!

நன்மை என்று தனித்து இல்லை.

இன்பம் என்று தனித்து இல்லை.

ஆகவே இருவினை என்று ஒன்றில்லை; வினைதான் இருக்கிறது. அதை இரண்டாக உடைத்து ஒன்றை ஆளக் கருதாதீர்கள்; இன்னொன்றும் பின்னாலேயே வந்துவிடும்!

instead of overpowering a part of the whole, feel oneness with it என்கிறது தாவோ. இயற்கையின் வசத்திற்கு நீங்கள் போகாமல் இயற்கையை உங்கள் வசத்திற்குக் கொண்டுவர நினைப்பதால் உங்களுக்குத் துன்பம் நேர்கிறது என்கிறது தாவோ.

இப்போது மீண்டும் பாருங்கள்.

இருமை வகை தெரிந்தவன் யார்? (குறள் 23)

எதிரெதிர்த் தன்மையுள்ள இரண்டு கூறுபாடுகளைத் தனித்தனி யானதாகக் கருதாமல் முழுமையான ஒன்றின் இரு பக்கங்கள் என உணர்ந்தவன் எவனோ அவனே உலக வாழ்வை முழுமையாக நீத்தவன்; முழுமையான இறையோடு ஒன்றுவதற்கான தகுதி யுற்றவன்; இத்தகையவனின் பெருமை உலகில் உயர்ந்தது. பட்டினத்தார் இருமை வகை தெரிந்து ஈண்டறம் பூண்ட நீத்தார்! இந்தப் பின்னணியில் பட்டினத்தாரைப் பார்ப்போம்!

இறுதிக் குறிக்கோள்:

கோயில் திருவகவலின் இறுதி வரிகளில் தன்னுடைய இறுதிக் குறிக்கோளுக்கு ஒத்துழைக்கும்படி மனத்திடம் வேண்டுகிறார்:

முன்புதான் 'ஒன்றையொன்று ஒழியாது' என்ற மாபெரும் கோட்பாடு உனக்குப் புரியாதிருந்தது.

உடல்தான் எல்லாம் என்று கருதியிருந்தாய்;

அதனால் பிறந்தாய்; இறந்தாய்;

உவந்தாய்; வெறுத்தாய்;

புணர்ந்தாய்; பிரிந்தாய்;

இன்பமுற்றாய்; துன்பமுற்றாய்!

இப்போது இயற்கையின் உட்போக்கு என்ன என்று தெரிந்துகொண்டு விட்டாய். உடல் கடந்த காலத்தில் உற்ற வாழ்க்கையை நன்றாக அறிந்துவிட்டமையால் இனியாவது திருந்து!

இல்லாவிடில் மீண்டும் பிறப்பு;

மீண்டும் அதே துன்பம்தான்!

மனமே!

சிவனின் திருவடி நிழலை அடைகின்ற வேலையைப் பார்.

'எனது' என்ற தனிநிலையை அறு;

இருவினை மலத்தை அறு;

இரவு பகல்,

இகம் பரம்,

வரவு செலவு

என்று பிரித்தெண்ணப்படுகின்ற நிலையினைக் கடந்து தில்லைக் கூத்தனின் திருவடியை அடைகின்ற நிலையை நினை!

> 'எனது அற நினைவு அற இருவினை மலம் அற
> வரவோடு செலவு அற மருள்அற இருள் அற
> இரவோடு பகல்அற, இகம் பரம் அற ஒரு
> முதல்வனைத் தில்லையுள் முளைத்தெழும் சோதியை' (38-41)

தாவோயியக் கூறுகள்:

தமிழில் பெரிதும் காணப்படா இக்கூறுகள் பட்டினத்தார் பாடலின் கோயில் திருவகவலில் வெளிப்பட்டிருக்கின்றன.

தாவோயியம் தமிழர்களால் அறியப்பட்டிருந்ததா என்பதற்கான சான்றுகள் தெளிவாக இல்லை. புனிதர் தாமசு மூலம் இறைமகன் ஏசுவின் கருத்துக்கள் 1900 ஆண்டுகளுக்கு முன்னரே தமிழ்நாட்டில் அறியப்பட்டிருந்தது போல, சீனத்து பௌத்த அறிஞர் பாகியான் பட்டினத்தார்க்குப் பல நூற்றாண்டு முன்னரே தமிழ்நாட்டுக்கு வந்து சென்றிருந்தாலும் சீனத்து ஞானத்தை தமிழ் மண்ணில் விதைத்து விட்டுப் போனதுபற்றி ஒரு குறிப்பும் இல்லை. மேலும் அவர் இந்திய ஞானத்தைப் பெறுவதை நோக்கமாகக் கொண்டு இந்த நாட்டுக்கு வந்தவர். அவரே அயல் ஞானம் தேடியதால் அவர் இந்த வேலையைச் செய்திருக்க வாய்ப்பில்லை என்பது எதிர்பார்க்கக் கூடியதே!

தானே கண்டார்:

சீன அறிஞர் லாசே போலவே பட்டினத்தாரும் ஒவ்வொன்றின் எதிரெதிர்த் தன்மைகளில் உள்ள இசைவுப் போக்கைத் தானே வாழ்க்கையைக் கூர்ந்து நோக்கிக்கண்டிருக்கிறார் என்றே தோன்றுகிறது. மேலும் திருக்குறள் போலச் சங்க இலக்கியத்திலும் இதற்கான மாதிரிகள் ஒன்றிரண்டு சிதறிக் கிடந்தாலும் இதன்மீது நெட்டுப் பார்வை செலுத்தியவர் பட்டினத்தாரே!

முன்னுரை கண்டார்; முடிவுரை காணவில்லை

பட்டினத்தாரிடமுள்ள ஒரு குறைபாடு, அவர் தான் கண்டறிந்த இயற்கையின் குணமாகிய 'ஒன்றை ஒன்று ஒழியாத தன்மையை 'ஒரு முழுக் கோட்பாடாக அறிவியல் அடிப்படையில் வளர்த்தெடுக்க வில்லை. அவ்வாறு செய்திருந்தால் தாவோ கண்ட விரிவுகளையும் முழுமையையும் இவரும் கண்டிருப்பார்!

முன்னுரை கண்டவர்

முடிவுரை காணவில்லை!

ஆயினும் அவர் கண்ட

முன்னுரையிலேயே

முடிவுரையும் புரிகிறது.

www.ingramcontent.com/pod-product-compliance
Lightning Source LLC
LaVergne TN
LVHW051451170726
843492LV00002B/643